இயற்கையும் நாங்களும்

செல்வேந்திரன் (எ) உங்கள் செல்வா

புக் வெஞ்சர்ஸ்

இயற்கையும் நாங்களும்
ஆசிரியர் © செல்வேந்திரன் (எ) செல்வா

முதற்பதிப்பு 2021
பக்கங்கள் 127

Published by Book Benchers 2021

ISBN 978-93-91423-99-5

TheookBenchers@gmail.com
Contact 9944992571

Affliated By
Aelay Publish
www.aelaypublish.com

செல்வேந்திரன் (எ) செல்வா

முன்னுரை

இயற்கை ஓர் இனிமையான கவிதை களம்
காண்போர்க்கு அமைதியை தரும் தளம்
என்னுடைய சிறுகதை தொகுப்பு "இயற்கையும்
நாங்களும்". இதில் இருபத்து ஒன்று எழுத்தாளர்கள்
தூவிய விதைகளை நான் புத்தகமாக தொகுத்து
உள்ளேன்.
அறன் போல் நம்மை காக்கும் இயற்கைக்கு
இனிமையை சேர்க்கும் வண்ணம் அமைந்த தளமே
இச்சிறுகதை தளம்.
பல வண்ணங்களை காண்பிக்கும் நமது
கண்களுக்கு விருந்தினராக வரும் இயற்கையை
பாதுகாக்க தம்மால் இயன்ற சிறியது ஓர் முயற்சி.
கனவு காணுங்கள் என்று இளைஞர்களைப் பார்த்து
முன்னாள் குடியரசு தலைவர் அப்துல்கலாம் ஐயா
கூறினார் பின் நாட்களில் கனவுகளே இல்லாமல்
போய்விடுமோ என்ற சிறிய பயம் தான். அவரை
அதே இளைஞர்களை வீட்டுக்கு ஓர் மரம்
வளர்ப்போம் வா என்று அழைக்க வைத்தது..

"வீட்டுக்கு ஓர் மரம் வளர்ப்பீர்
இயற்கையைப் பாதுகாப்பீர்"

இப்படிக்கு

இவன் பெயர் செல்வேந்திரன் புனைப் பெயர்
உங்கள் செல்வா
இவன் ஒரு எழுத்தாளன் எழுத்துறையிள் பல
சாதனைகளை படைக்க எண்ணி பல கணவுகளுடன்
கதை கவிதை கட்டுரை எனப் பல
பரிணாமாங்களின் தனது திறமையை வளர்த்து
கொண்டு வருகிறான்
இதுவரை இவன் மூன்று விருதுகளையும் பலச்
சான்றிதழ்களையும் பெற்றுள்ளான் .
ஆங்கிலம் படித்து விட்டு தமிழ் மீது கொண்ட
காதலால் தமிழை நேசிப்பவனாக உங்கள் முன்னே
தோன்றியுள்ளான்.
இவன் சில புத்தகங்களில் இணை ஆசிரியாராக
பணியாற்றியுள்ளான்

ர.லோஹிதா

இவர் பெயர் ர.லோஹிதா.
இவர் இளங்கலை வணிகவியல் பயிலும் மாணவி.
கவிதை, சிறுகதை,கட்டுரைகள் எழுதுவதில் மிகுந்த ஆர்வம் கொண்டவர். இளம் பெண் எழுத்தாளர்.

அதிசய நண்பர்களும், அற்புத இயற்கை வளங்களும்.

மேகமலை என்னும் ஒரு ஊரில் வனங்குழலி என்னும் அழகிய குக்கிராமம் இருந்தது.அக்கிராமமானது காடுகள், மரங்கள் என பசுமை நிறைந்து செழிப்புடன் காணப்பட்டது.

அழகான மரங்கள்,இன்னிசை போன்று ஒலி எழுப்பும் பறவைகள்,பாய்ந்தோடும் நதி,சல சலவென உடலைக் குளிர்விக்கும் புத்துணர்வுமிக்க காற்று என அனைத்து இயற்கை வளங்களையும் பெற்றிருக்கும் செழிப்புமிக்க கிராமம்.அக்கிராமத்தில் ஒரு சிறிய பள்ளிக்கூடமும் இருந்தது.அங்கு மூன்றாம் வகுப்பில் பயிலும் குழந்தைகளில்,ஐவர் இணைப்பிரியாத நண்பர்கள்.அன்றொரு நாள்,பள்ளியின் பாட வேலை முடிந்து உணவு இடைவேளையின் போது ஐந்து நண்பர்களும் இணைந்து உணவு உண்ண கிளம்பினர்.

அப்போது பள்ளியின் அருகில் இருந்த சிறிய காட்டுப் பகுதிக்கு அருகில் காற்றோட்டமான பகுதிக்குச் சென்று ஐவரும் அமர்ந்து உணவை உண்ணத் தொடங்கினர். அப்பொழுது ஐவரில் ஒருவன் உணவை உண்ண முடியாமல் வீட்டிற்குக் கொண்டு சென்றால் அம்மா திட்டுவார்கள் என்ற அச்சத்தில், அந்த காட்டிற்கு அருகில் இருந்த மரத்தடியில் கொட்டினான்.

அப்போது, அந்த பகுதியிலிருந்து ‘என் மீது அசுத்தம் செய்யாதே’ என ஒரு குரல் கேட்க, அவன் பயந்துக் கொண்டு, ஓடோடிச் சென்று நண்பர்களிடம்

கூறினான். ஆனால் அதனை அவர்கள் யாரும் நம்பவில்லை. அவன் அவர்கள் அனைவரையும் கையை பிடித்து அவ்விடத்திற்கு அழைத்து வந்து, இங்கு தான் குரல் கேட்டது எனக் கூறினான். அப்போது யாரும் நம்பாத நிலையில், மீண்டும் கையில் மீதமிருந்த உணவை அவ்விடத்தில் கொட்ட போனான். அப்போது மீண்டும், 'வேண்டாம்,வேண்டாம்' என சத்தம் கேட்க அனைவரும் அதிர்ச்சியில் உறைந்தனர். 'யார் அது' எனக் கேட்க, அதற்கு அங்கிருந்த நிலம் (தரைப்பகுதி) கூறியது 'நான் தான் நிலம். என்னை நீங்கள் ஏன் அசுத்தம் செய்கிறீர்கள்? என் மீது குப்பைகளை கொட்டி, என்னை சிதைக்கிறார்கள் எனக் கூறியது.

பிறகு அங்கிருந்த மரம், சிறிய நதி, வீசிக் கொண்டிருந்த தென்றலும் பேசத் தொடங்கியது. அதை அவர்கள் கண்டு ஆச்சர்யத்தில் மூழ்கினர். பிறகு அங்கிருந்த மரம் 'எங்களை எதற்காக மனிதர்கள் அழிக்க நினைக்கிறார்கள்? என்னையும் வெட்டி விடுகிறார்கள்' என்றது. பின் அங்கிருந்த நதி 'என் மீது தொழிற்சாலை கழிவுகளையும், இரசாயனக் கழிவுகளையும் ஊற்றுகின்றனர்' எனக் கூற, வீசிக் கொண்டிருந்த தென்றலோ, 'வாகனப் புகை, தொழிற்சாலைகளிலிருந்து வெளியேறும் புகை என பல நச்சுப் புகைகள் என் மீது கலந்து என்னை மாசுபடுத்துகிறது' என அனைத்தும் வேதனையுடன் கூறின. அதைக் கேட்ட ஐந்து நண்பர்களும், 'நீங்கள் கவலைக் கொள்ளாதீர்கள், நாங்கள் உங்களுக்கு உதவி செய்கிறோம்...' எனக் கூறினர்.

பின்னர், அவர்கள் சென்று அவர்களின் ஆசிரியரிடம் கூற, ஆசிரியரோ நம்பவில்லை. இருந்தபோதிலும்,

தன் மாணவர்கள் கூறுவதில் தவறு ஏதும் இல்லை. அவர்கள் இயற்கையை பாதுகாக்க நினைப்பது சரியே என அவர்களுக்கு உதவி புரிய ஆசிரியர் ஒப்புக் கொண்டார். எனவே, ஆசிரியர் அனைத்து மாணவர்களையும், ஆசிரியர்களையும் அழைத்துக் கொண்டு அந்த காட்டுப் பகுதியை சுத்தம் செய்ய கிளம்பினர். பிறகு அங்கிருந்த பகுதியை சுத்தம் செய்து விட்டு ஆனந்தத்துடன் வீட்டிற்கு அனைவரும் சென்றனர்.

சனி மற்றும் ஞாயிற்றுக் கிழமை விடுமுறை முடிந்த பிறகு அடுத்த நாள் காலையில் பள்ளிக்கு வரும் போது அவர்கள் அந்த காட்டுப் பகுதிக்கு அருகில் சென்றனர். அங்கு மீண்டும் குப்பைகளும், கழிவுகளும் கிடந்த நிலையில், அவர்கள் அதை ஆசிரியரிடம் சென்று கூறினர். அதைக் கேட்ட பின், ஆசிரியர் அனைவரையும் அனைத்துச் சென்று மீண்டும் சுத்தம் செய்துவிட்டு, பின் காடுகள் பராமரிப்பு துறையினரிடம் சென்று, நடந்ததைக் கூறினர். பின் அசுத்தம் ஏற்படாமல் தடுக்க, காடுகள் பாதுகாப்பு அமைப்பினரிடம் கூறி, நடவடிக்கைகள் எடுத்த அவர்கள், அங்கு 'அசுத்தம் செய்தால் அபராதமும், சிறை தண்டனையும் விதிக்கப்படும்' என சுவரொட்டிகளை ஒட்டி, எச்சரிக்கை செய்தனர். பிறகு அவ்விடத்தில், எவ்வித அசுத்தங்களுமின்றி சுத்தமாக மாறியது. பிறகு ஐந்து நண்பர்களும், அந்த சிறிய காட்டுப்பகுதிக்கு சென்று அங்கிருந்த மரம், நதி, நிலம் மற்றும் தென்றலிடம் 'இப்பொழுது உங்களுக்கு மகிழ்ச்சி தானே?' எனக் கேட்டார். அதற்கு மரங்களோ, 'எங்களை சுத்தமாக மாற்றி பராமரித்து பாதுகாத்ததற்கு மிக்க நன்றி' என்று கூறியது. பின் அந்த ஐந்து நண்பர்களும் ஒன்றிணைந்து 'இனி நாம் அனைவரும் நண்பர்கள்.

தினமும் நாங்கள் உங்களைக் காண வருகிறோம்.
நாம் இனி என்றும் பிரியாத நண்பர்களே' எனக் கூறி
இயற்கையோடு நாங்களும் ஒன்றாய் இணைந்தோம்
என மகிழ்வுடன் ஆரவாரமாய் ஆடிப்பாடி
அனைவரும் இணைப்பிரியா நண்பர்கள் ஆயினர்.

ர. லோஹிதா

L.S.PAVAN PRANAV
ஒன்பதாம் வகுப்பு படிக்கும் பவன் பிரனவ் என்னும் நான் தமிழ் மீது கொண்ட காதலால் தன்னிலை மறந்த மோகத்தால் பல கவிதை சிறுகதைகளை இயற்றி உள்ளேன்

இயற்கை ஒரு வரம்

ஒரு கிராமத்தில் ரவி என்பவன் வாழ்ந்து வந்தார்.அவர் சரியான கடவுள் பக்தன்.தினமும் காட்டுக்குள் சென்று அங்கு உள்ள மரங்களை வெட்டி செல்வான்.

அங்கு உள்ள மரங்களை பார்பதற்கு அப்படியே அழகாக இருக்கும்.
பறவைகளின் சத்தம் கேட்டகவே காதுகளுக்கு இனிமையாக இருக்கும்.

ரவி தினமும் மரம் வெட்டும் போது அடுத்து என்னை வெட்ட போகிறான் என்று நினைக்கும் போது அழுகை வரும்.

ரவி அந்த மரத்தை வெட்டும்போது மரம் அவனிடம் ஒரு கேள்வி கேட்டது.

உனக்கு எதை விரும்பி செய்வாய் என்று கேட்டது.அதற்கு நான் கடவுள் பக்தி நான் . கடவுளை பிராத்தனை பன்னுவது ரொம்ப பிடிக்கும் என்றான்.

அதற்கு மரம் கடவுள் யார் அவர்களிடம் பேசி இருக்கிறாயா? எப்படி இருக்கும் என்று கேட்டது.

அதற்கு அவன் அதற்கு உருவம் ஒன்றும் இல்லை.கல்தான் அதை பல வடிவங்களில் சிலை செதுக்கி வடிவமைத்துள்ளான்.அதற்கு உயிர் இல்லை உருவம் தான் என்றான்.

அதற்கு மரம் நான் உனக்கு பூ, காய், பழம், நிழல்,பறவைகள், விலங்குகள் தங்குவதற்கும் மனிதனுக்கு ஆக்ஸிஜன் தருகிறேன்.நான் இருந்தால் தான் மழை கிடைக்கும்.

நான் உனக்கு பெரிய உதவி பன்னுகிறேன்.நீ என்னை வெட்டுகிறாய்.

ஒருவேளை மரத்திற்கு ஒவ்வொரு மரத்திற்கும் தெய்வத்தின் பெயர் வைத்திருந்தால் வெட்டாமல் இருந்திருப்பியோ? என்று மரம் கேட்டது.

ரவி பதில் சொல்லாமல் திகைத்து போய் நின்றான். மரத்திடம் மன்னிப்பு கேட்டு தினமும் ஒரு செடி நட்டு வைத்து மரம் வளர்க்க போகிறேன் என்றான்.

இன்று முதல் மரம் வளர்ப்போம் மழை பெறுவோம்.

பெயர்:லெ.சு.பவன் பிரணவ்

இவர் பெயர் திவ்யா தர்ஷினி ர. இவர் ஒரு இளம் எழுத்தாளர் . இவர் பல விருதுகள் பெற்றுள்ளார். இவர் ஓவியம், கவிதை மற்றும் பட்டிமன்றதிற்காக உலக சாதனை படைத்துள்ளார்.

இயற்கையின் கதறல் *!!*

திக் திக் நிமிடங்களுடன் நாட்கள் நகர்கிறது. நாம் யாருக்கும் அண்டை வீட்டில் இருப்பவரை பார்க்க நேரம் இல்லாத போது, நிழல் தரும் மரங்களை பார்க்க நேரம் இருக்குமா? அப்படிப்பட்ட ஒரு மரத்தின் கதை தான் இது !! இல்லை ஒரு மரத்தின் கதறல் !!

நான் ஒரு எழுத்தாளன் எனக்கும் இயற்கைக்கும் ஒரு பந்தம் இருப்பதாக நான் அடிக்கடி உணர்வதுண்டு. அப்படித்தான் ஒரு நாள் ஒரு சிறுவன் என்னிடம் ஒரு வினாவை எழுப்பினார். அதை கேட்ட பிறகு தான் உண்மையை உணர்ந்தேன். அந்த சிறுவன் என்னிடம் அக்கா நம் உலகில் யார் இறந்தாலும் அவர்களுக்கு சடங்குகள் சம்பிரதாயங்கள் செய்து அடக்கம் செய்வோம், மரங்கள் இறந்து விட்டால் அதை என் கண்டுகொள்ளாமல் விட்டு விடுகிறோம் ? அதுவும் ஒரு உயிர் தானே !! நம்மை போலவே இவ்வுலகில் வாழ்ந்து முடிந்துவிட்டது. அதற்கு ஏன் நாம் எந்த ஒரு சடங்குகளும் சம்பிரதாயங்களும் செய்வதில்லை என்று வினவினான். அவனின் கேள்விகள் என் மனதை ஆர்பரித்தது என்னை குற்ற உணர்வுக்கு ஆளாக்கியது.

அன்று இரவு நீண்ட நேரத்திற்கு பின்பு தான் உறங்கினேன். உறக்கத்தில் இருந்த நான் ஒரு கனவுக்குள் நுழைந்தேன். என் சிறிய வயதில் நான் ஓடி ஆடி விளையாடிய இடங்களை கண்டேன். அப்போது என் அப்பா ஒரு மரக்கன்றை வாங்கி வந்து நட்டுவைக்க குழி தோண்டி கொண்டிருந்தார். பிறகு

என்னிடம் மரக்கன்றை வைக்க சொல்லி நீர் ஊற்ற சொன்னார். அன்று முதல் எனக்கும் அந்த மரக்கன்றுக்கும் ஒரு நெருக்கம் ஏற்ப்பட்டது. தினமும் அதற்கு நீர் ஊற்றி பராமரித்து வந்தேன். ஒரு நாள் என் அப்பாவுக்கு பணி மாற்றம் செய்ததால், நான் வேறு ஒரு இடத்திற்கு சென்று விட்டேன். ஆனால் கனவில் மீண்டும் அந்த மரம் இருக்கும் இடத்திற்கு சென்றேன். அது என்னிடம் கதறி அழுதது. என்னை ஏன் விட்டு சென்றாய்? நீ என்னுடன் இருந்த போதெல்லாம் என்னை சுற்றி விளையாடுவாய் !! நீ சென்ற பிறகு நான் தனி மரமாகி விட்டேன். என்னை பராமரிக்க யாரும் இல்லை. யாரோ ஒருவர் தினமும் எனக்கு நீர் ஊற்றி செல்வார். உனக்கு கூட என்னை பார்க்க வேண்டும் என்ற எண்ணம் இல்லமால் போய்விட்டது.

இன்று பெரிய மரமாகிய நான் என்னை எண்ணி கர்வம் கொள்கிறேன். என்னால் தான் நீங்கள் சுவாசிக்கிறீர்கள். என்னால் உங்களுக்கு பல நன்மைகள் உண்டு. ஆனால் என்னை துச்சமாக எண்ணுகிறீர்கள். உங்களுக்கு நிழலாய் இருந்த என்னை நீங்கள் வெட்டிவிட்டீர்கள்.
எழுத்தாளனே!! ஒன்றை மட்டும் நினைவில் வைத்துக்கொள் !! மரங்கள் இறந்துவிட்டால் மண்ணில் வளங்கள் இருக்காது. பயிர்கள் செழிக்காது, மனிதன் வாழ காற்றும் இருக்காது என்று கூறி இறந்துவிட்டது. திடுக்கென்று எழுந்த நான் காலையில் மீண்டும் என் ஊருக்கு சென்று பார்த்தேன். அங்கு அந்த மரம் இல்லை, வறண்ட நிலமாக இருந்தது.

அப்போது தான் புரிந்தது, ஒரு மரத்தின் அருமை. இயற்கையின் அருமையை உணராததால்

தான் இயற்கைக்கும் நமக்கும் தொடர்பு இல்லாமல் போனது. நோய்களை பற்றி ஆராய்ச்சி செய்ய தெரிந்த நமக்கு சாலை ஓரம் இருக்கும் மரங்களை காக்க தெரியாமல் போய்விட்டது. எப்போது ஒரு மனிதன் இயற்கையோடு ஒத்து மனதும், உடலும் செயல்படுகிறதோ அவர்களுக்கு நோய்கள் வருவதில்லை. அப்படியே வந்தாலும் ஓரிரு நாட்களில் குணமாகிவிடுகிறது.

இயற்கை அன்னையே உன் அருமை கண்டு வியந்தேன் !!

உன்னில் என் அன்னையை கண்டேன் !! பச்சை நிலத்தில் உதித்த வைரமாய் !!

பட்டை தீட்டிய பெரு உயரமாய் !! மின்னிய இலைகளை கொண்டிருக்கிறாய் !! உலகின் இன்ப சோலை நீ !! சிறைகாத்த இவ்வுலகம் உன்னை காக்க தவறியது !! மூச்சிருக்கும் வரை உன் புகழ் போற்றத்தக்கது !!

மனிதன் இருளை நினைத்து விடியலை மறைத்தது போல்,

ஆடம்பரத்தை நினைத்து மரங்களை வெட்டி விட்டான்.

இழந்ததை எண்ணி காலங்கள் கடந்து விட்டது.

இனி இந்த உலகம் இயற்கையின் கையில் !!
மரங்களை போற்றுவோம் !!
இயற்கையை நேசிப்போம் !!
ஒரு எழுத்தாளனாக இக்கதை இயற்கைக்கு சமர்ப்பனம் !!

திவ்யா தர்ஷினி. ர

செல்வேந்திரன் (எ) செல்வா

சு.ஜெயசித்ரா .
சிறுகதை,கவிதை,கட்டுரை,ஓவியம்,பாடல் ,
பரதநாட்டியம் எனப் பன்முகத் திறமை கொண்டவர் .
பல்வேறு விருது சான்றிதழ்கள் 500 க்கும் மேல்
பெற்றுள்ளார்.
பல படைப்புகளை வெளியிட்டார்

இயற்கையின் இன்னல் இனிமேலும்?.........

இயற்கை இறைவன் நமக்குத் தந்த வரம் .ஆனால் இயற்கையை சீரழித்து வருவதில் மனித சமூகம் அதீத ஆர்வம் காட்டுவது காலக்கொடுமை .

இயற்கை அன்னையின் மடியில் வளர்ந்த முதல் குழந்தை மரம். மரத்தையும் காட்டையும் அழிப்பதே இயற்கைப் பேரழிவு .
ஓர் ஊரில் இசைமழை ,ஆதவன் ,ஆறுமுகம்,குயிலி என்ற நான்கு நண்பர்கள் பள்ளியில் ஒன்பதாம் வகுப்பு படித்து வந்தனர் .பள்ளியில் இயற்கையைப் பற்றி ஆய்வு செய்யச் சொன்னார் ஆசிரியர் .நால்வரும் ஆய்வு பற்றி பேசிக்கொண்டே கிராமத்தைச் சுற்றச் சென்றனர் .
போகும் வழியில் பசுமையான வயல்வெளி, பூத்துக்குலுங்கும் மலர்கள்,கனிகள்பழுத்துத் தொங்கும் மரங்கள் , நீர்வீழ்ச்சி ,பறவைகளின் கூச்சலை எழுப்பும் மரத்தை அசையச் செய்யும் காற்று என் இயற்கையை இரசித்துக் கொண்டே சென்றனர் .
வழியில் ஒரு விறகு வெட்டி மரங்களை வெட்டுவதை கண்டனர்.ஒட்டுமொத்த சந்தோஷமும் பரிபோனது .அதிலும் ஆதவனின் புதுவீட்டிற்குக் கதவு தேவைப்பட்டதால் தான் இந்த மரம் வெட்டப்படுகிறது என்று அறிந்ததும் மேலும் கவலையின் உச்சத்திற்குச் சென்றனர் .குற்ற உணர்ச்சி ஒருபக்கம்.

ஒரு தூய்மையான ஏரியில் தாமரை மலர்கள் கண்ணைக் கவர்ந்தன .துள்ளிக்குதிக்கும் மீன்கள் ,நீந்திச் செல்லும் வாத்து எனக் குழந்தைகளை ஈர்த்தது அக்காட்சி .ஆனால் அங்கேயே துணி துவைத்து ,ஆடு மாடுகளைக் குளிக்க வைத்து,மனிதர்களும் குளிக்கின்ற காட்சி கோபத்தைத் தூண்டியது .
தொழிற்சாலைக் கழிவுகளையும் கலக்கின்றனர் .
வேதிப்பொருட்கள் கலப்பதால் குடிநீர் பாழாகிறது .
வருத்தத்துடன் போகும் வழியில் பழங்களையும் காய்கறிகளையும் அழுகியதால் குப்பையில் கொட்டியது ஒரு கூட்டம் .
நிலங்களையெல்லாம் விவசாயத்திற்கு விடாமல் பிளாட் போட்டு விற்கும் குயிலின் மாமாவும் ,நீர்நிலைகளைத் தூர்வாராமல் இலஞ்சம் பெற்று சும்மா இருக்கும் ஆறுமுகத்தின் சேர்மேன் சித்தப்பாவும் இயற்கையின் இன்னல்களை அறியவில்லையே என்று வேதனையுற்றனர் .
செயற்கை மழை பொழிய வைக்க இரசாயனத்தூவலுக்கு பதில் மரம் நடத் தெரியவில்லை .காடுகளை அழித்ததால் வனவிலங்குகள் ஊருக்குள் வந்துவிட்டன.
மரங்களை வெட்டியதால் பறவைகளுக்கும் தங்குவதற்கு இடமில்லை .இவற்றையெல்லாம் எண்ணி மிகுந்த துயரத்திற்கு உள்ளானார்கள் சிறுவர்கள் .
வெயிலுக்கு இதமாக இளநீர் குடிக்கச் சென்றனர் .அபார விலை .நுங்கு அதற்கு மேலே விலை .
பக்கத்து வீட்டில் தண்ணீர் கேட்டால் தண்ணீர்ப் பஞ்சம் என்று தரவில்லை .
இந்த நிலைக்குக் காரணம் மனிதனே .இயற்கையின் இன்னல் இனிமேலும் நீடிக்கக்கூடாது .இந்த அவல

நிலையை ஆய்வாக எடுத்துரைத்த மாணவர்களுக்குப் பரிசுகளும் பாராட்டுகளும் குவிந்தன .

நீதி:இயற்கையின் இன்னலை இனிமேலாவது தீர்ப்போம் .
நன்றி

சு.ஜெயசித்ரா,
ஸ்ரீ வில்லிபுத்தூர்,
இளங்கலைத்தமிழ் இரண்டாம் ஆண்டு

காவியா ஸ்ரீ.மூ
I am Kaviya Sri.M.i have completed ug actuarial science .I am interested in writing poems and short stories .I have been a part of many anthologies ....."
எனது எண்ணங்களை புத்தகங்களில் கிறுக்கத்தொடங்கினேன்.....இன்று "கவியின் நினைவுகளாக"..... மாறியது"

இயற்கை காவலன்....

நான் அஸ்வின்.10 வயது முதல் நான் ஒர் அனாதை ஆசிரமத்தில் தான் வளர்ந்தேன்.இன்று 25 வயது பையனாக வளர்ந்திருக்கிறேன்.என்னுடைய 25 வயதில் நான் அரசாங்க கட்டிடப் பொறியாளராக தேர்வு செய்யப்பட்டேன்.ஒரு வருடம் நன்றாகத் தான் சென்றது.பிறகு அரசாங்கத்தில் முக்கிய பொறுப்பில் இருப்பவர்கள் எனக்கு ஒர் டெண்டரை முடிக்கும் பணியை கொடுத்தார்கள்.அவர்கள் கொடுத்த இடத்தில் நிலக்கரி தேவைக்கும் அதிகமாய் உள்ளது.

ஆதலால் அங்கு ஒர் நிலக்கரி சுரங்கம் அமைக்க போவதாகவும் ,அதற்கு ஆனக் கட்டிட வேலையை என்னிடம் கொடுத்தார்கள். எப்போதும் என்னை வளர்த்த வார்டன் கூறுவர் உன்னை ஒர் விபத்தில் இருந்து காப்பாற்றி உன்னை இங்கு கொண்டுவந்து வளர்த்தேன்.

நான் என் பெற்றோர்கள் யார் என்று கேட்டுக் கொண்டதில்லை. ஆனால் மரங்கொத்தியின் ஓசையைக் கேட்டாலே எனக்கு சற்று தலைவலிக்கும் பிறகு ஒர் பெட்டியின் புகைப்படம் நினைவில் வரும் .நான் அதை பெரிதாக பொருட்படுத்தவில்லை.அந்த இடத்தை சென்று ஆய்வு செய்ய கிளம்பினேன் .அந்த இடத்திற்கு சென்று பார்த்தேன் .அது ஒரு அழகான "விலங்குகளின் சரணாலயம்"

அந்த இடத்தை பார்த்த பிறகு ஒர் அதிர்ச்சியில் மூழ்கினேன்.இவர்கள் "இயற்கையை அழித்து

செயற்கையை இயக்க முயற்சிக்கிறார்கள்"என்று.இதை தடுக்க வேண்டும் என்று யோசித்துக்கொண்டு இருக்கும் போது மீண்டும் மரங்கொத்தியின் ஓசையை கேட்டேன்.

அதை கேட்ட பிறகு எனக்கு தலை வலிக்கத் தொடங்கியது. பிறகு தலை சுற்றியது.அருகில் ஓர் பாழடைந்த வீட்டை கண்டேன் .அதற்கு உள்ளே சென்று பார்த்தால் பெரிதாக கிடைக்கவில்லை.ஆனால் அந்த வீட்டிற்கு சென்று போது ,எனக்கும் அந்த வீட்டிற்கும் ஏதோ ஓர் தொடர்பு இருப்பது போல் தோன்றியது.எதுவும் பெரிதாக கிடைக்கவில்லை இந்த இடத்தை விட்டு செல்லலாம் எனத் திரும்பியபோது சுவறில் ஓர் அடையாளக் குறி இருந்தது

அந்த குறிக்கேற்ப சுவரில் செடிகள் முளைத்து இருந்தது .அதை நீக்கிவிட்டு அந்த கல்லை உடைத்து விட்டு ....ஓர் பெட்டி தென்பட்டது .அப்பெட்டி அவன் நினைவுகளில் அடிக்கடி தோன்றியது ஆகும். அந்த பெட்டிக்குள் நான்கு புகைப்படங்கள் மற்றும் ஓர் கடிதம் இருந்தது. அந்த புகைப்படத்தில் ஓர் அம்மா,ஓர் அப்பா,ஓர் குழந்தை இருந்தது. எனக்கு எதுவும் விளங்கவில்லை. பிறகு ஒவ்வொரு புகைப்படம் பார்த்தேன் .நான்காவது படத்தில் என்னுடைய பத்து வயது புகைப்படம் இருந்தது .பிறகு தான் அறிந்தேன் இவர்கள் தான் என் பெற்றோர்கள் என்று.

அந்த பெட்டியில் இருந்த கடிதத்தை படித்தேன்.பிறகு தான் தெரிந்தது இந்த இடத்தில் நிலக்கரி சுரங்கம் அமைக்கும் திட்டம் அன்றே தொடங்கிவிட்டது . இந்த

சரணாலயத்தின் காவலர் நம் தந்தை அதற்கு எதிர்ப்பு தெரிவித்ததால் அவரையும் அவர் குடும்பத்தையும் கொன்று விட்டு அதை விபத்தாக காட்டி வருகின்றனர் .அதில் இருந்து தப்பியது நான் மட்டும் தான் .

அவரின் இறுதி ஆசை இந்த சரணாலயத்தை காப்பது .அதை செய்தே தீர வேண்டும் என்று உறுதியாக முடிவெடுத்தேன் .அவர்களை எதிர்த்து போராட்டம் நடத்தினேன்.என்னுடன் அந்த இடத்தை

சுற்றி வசிக்கும் மலைவாழ் மக்களும் போராடினர்.எங்களின் உறுதியான போராட்டத்தால் நாங்கள் வெற்றி பெற்றோம்.அதற்கு விலையாக என் வேலை பறிபோனது.பிறகு இந்த சரணாலயத்தின் காவலராகவும் , என் தந்தையின் ஆசையை நிறைவேற்றிய மகனாகவும் இன்று என்னுடைய வீட்டில் பறவைகளுடன் மரங்களுடன் நிம்மதியாக வாழ்கின்றேன்.

இப்படிக்கு இயற்கையின் காவலன் அஸ்வின்...

- காவியா ஶ்ரீ.மூ

கு.ரமேஷ்குமார் & ரமேஷ்யோகி
கவிஞர்.
இளங்கலை பொறியியல் - இயந்திரவியல் துறையில் பட்டம் பெற்றுள்ளார்.
பகுதி நேர ஆசிரியராக சில காலம் பணியாற்றி உள்ளார்.
தமிழ் மீது தீரா பற்றும் காதலும் கொண்டவர்.
இதுவரை ஐந்து புத்தகங்களில் இவருடைய கவிதை படைப்பும் இடம்பெற்றிருக்கின்றது.
அகரமுதல இலக்கிய பேரவை போன்ற தமிழுக்கு தொண்டாற்றிடும் தளங்களில் தொடர்ந்து கவிதைகள் மற்றும் சில சிறுகதைகளும் எழுதி வருகின்றார்.

இயற்கையோடு இணைந்த வாழ்வு

நகரத்தில் வாழ்ந்து கொண்டிருக்கும் கந்தசாமி. அங்கு ஒரு தனியார் பருத்தி ஆலையில் உதவியாளராக பணிபுரிந்து கொண்டிருந்தார். தினமும் காலை நேரம் ஒன்பது மணிக்கு புறப்பட்டு விடுவான். நேரத்தை வீணடிக்காமல் சரியான நேரத்திற்கு ஆலைக்கு வந்துவிடுவான். இதனால் அவர் மீது மேலாளருக்கு தனி மரியாதையும் உண்டு. பதினோறு மணியளவில் தேனீர் இடைவெளியை முடித்து விட்டு மீண்டும் தன் வேலையை தொடங்கிவிடுவான். மதிய இடைவேளையில் தான் கொண்டு வந்த சாப்பாட்டை சக ஊழியர்களுடன் ஆனந்தமாய் பகிர்ந்து சாப்பிட்டு மகிழ்வான். மாலை நேரமும் சிறிது தேனீர் இடைவெளி கிடைத்திடும் கிடைக்கின்ற அந்த நேரத்தில் மன அமைதியை மட்டுமே அவன் மனம் தேடும். தேனீரை வாங்கி கொண்டு சிறிது தூரம் நடந்து சென்று பசுமையான மரங்களையும் பூத்துக் குலுங்கின்ற பூக்களையும் கண்டு மனதில் புத்துணர்ச்சியை பெற்றிடுவான். இரவுப் பொழுதும் அவனின் களைப்பை எடுத்துக் கூறிட வந்தடையும்.

இரவு வேலைகளை எல்லாம் முடித்துவிட்டு வீடு திரும்பிட பேருந்தின் வருகைக்காக காத்துக் கொண்டிருந்தான். அவனின் உடல் சோர்வும் வேலை மிகுதியால் தலை வலியும் அருகில் இருந்த பேருந்து நிழற்குடையின் அமர வைத்தது. சிறிது நேரம் கழித்து பேருந்தின் சத்தம் கேட்டு எழுந்து வந்து

கையை காட்டி நிறுத்தினான். பேருந்தில் ஏறியதும் தூக்கமும் கலைந்தது. வேலையில் நாட்டம் குறைந்து கொண்டே போவதை நினைத்து பார்த்தான். தன் குடும்பத்தை காப்பதற்கு வேறு வழியில்லை என்று தன்னைத் தானே தேற்றி கொண்டான். வீட்டிற்கு வந்து குளித்துவிட்டு சாப்பாடு உண்ண சென்றார். மனைவியும் தன் கணவனுக்கு சாப்பாட்டை பரிமாறினாள். குழந்தைகள் சாப்பிட்டது என்று

கேட்டுவிட்டு சாப்பிட ஆரம்பித்தான். இருவரும் உணவு அருந்திவிட்டு தூக்க சென்றனர்.

தினம் தினம் வேலையில் ஒரு தொய்வு தென்பட்டது. சரியான நேரத்திற்கு அதுவரையிலும் சென்றவன் , நேரம் தவற ஆரம்பித்தான் சற்று உடல் நிலை சரியில்லாமல் இருக்கும் என்று எண்ணி அவனின் மேலாளரும் ஏதும் கேட்கவில்லை. ஆனால் தினந்தோறும் அவனின் வருகையில் கால தாமதம் ஏற்பட ஆரம்பித்தது. இதை கவனித்து வந்த ஆலையின் மேலாளரோ கந்தசாமியை அழைத்து ஏன் நீங்க தினந்தோறும் வேலைக்கு வர கால தாமதம் ஏற்படுகின்றது என்று கேட்டார். கந்தசாமியின் முகம் சோர்ந்து போய் இருந்தது. என்ன ஆச்சு.?? கந்தசாமி உங்களுக்கு என்று கேட்டதும் அவனின் கண்களில் இருந்து கண்ணீர் துளிகளோ மெல்ல மெல்ல எட்டிப் பார்த்தது. கணத்த குரலோடு அவனின் கஷ்டத்தை கூறினான். தனக்கு கிராமத்தில் வீடும் நிலமும் இருப்பதாகவும் நிலத்தில் இயற்கை விவசாயம் செய்திடவும் அதில் தான் எனது முழு நிம்மதியும் மகிழ்ச்சியும் அடங்கி இருக்கின்றது என்று கூறினான். இதை கேட்டுக் கொண்டிருந்த ஆலையின் மேலாளர் உங்களுக்கு

அப்போ பணிபுரிய விருப்பம் இல்லையா என்று கேட்டார். அவன் தனது மௌனத்தின் வழியே இல்லை என்று தலை அசைத்தான். சிறிது நேரம் ஆழ்ந்த சிந்தனையில் மேலாளர் சிந்தித்து கொண்டிருந்தார். நேரம் தவறாமை , பணியில் சுறுசுறுப்பு மற்றும் ஒரு நல்ல மனிதர் என்ற அவரை நினைத்து இறுதியாக உங்களின் விருப்பம் போல் இயற்கை விவசாயம் செய்து கிராமத்திலே வாழலாம். என்று கூறியதும் அவன் இடத்தில் சிறு புன்னகையும் கண்ணீரும் வெளிவந்தது. உங்கள் நிலைமை புரிகின்றது. சிறிது காலம் மருத்துவ விடுப்பு எடுத்துக் கொள்ளுங்கள் நான் உங்களுக்கு அனுமதி வாங்கி தருகின்றேன். உங்கள் குடும்பத்திற்கு தேவையான உதவிகளை நான் செய்து கொடுக்கின்றேன். உங்களின் இன்பம் மற்றவர்களுக்கு எந்தவிதத்திலும் எப்பொழுதும் இடையூறாக இருந்துவிட கூடாது அதனை மட்டும் நினைவில் வைத்துக் கொண்டு உங்கள் பணியை சிறப்பாக செய்திடுங்கள் என்றார். அதனை கேட்ட கந்தசாமி நிச்சயமாக நீங்கள் சொன்னது போல் நடந்து கொள்வேன் என்று உறுதி அளித்தான். அடுத்த வாரம் உங்களுக்கான அனுமதியை பெற்று தருகின்றேன். நீங்கள் மருத்துவ விடுப்பு எடுப்பதற்கான ஒரு விண்ணப்பத்தை பூர்த்தி செய்து கொடுங்கள் என்றார். சரிங்க சார் தருகிறேன் என்றான்.

தனது வீட்டிற்கு செல்லும் போதே பல யோசனைகள் அவன் மனதில் உதித்தது. வீட்டில் என்ன சொல்லுவார்கள்... எப்படி சொல்வது நீங்க ரொம்ப கஷ்டப்படுறீங்க இதுல இது எதுக்குங்க என்று தன் மனைவி கேட்பாளே... என்று சிந்தித்தான். இறுதியாக

என்ன சொன்னாலும் நம் மனதில் இருக்கும் எண்ணத்தை கூறிவிடுவோம் என்று எண்ணினான். தன் குழந்தைகளை அழைத்து அப்பா கொஞ்ச நாளைக்கு வெளிய போய் வேலை பார்க்க போறேன். நீங்க அம்மாகிட்ட இருக்கனும். அம்மாவ தொந்தரவு பண்ண கூடாது. ம்ம்ம் சரிங்க அப்பா என்று சொல்லிவிட்டு எப்போ பா.!! வருவீங்க என்று கேட்டனர் சீக்கிரமா வந்துருவேன் டா சரியா என்று சொல்லி கொண்டு இருந்தார். இதை கேட்ட மனைவி என்னங்க சொல்றீங்க என்ன வேலை? யாரு வர சொல்லி இருக்கா ? எப்போ போகனும் என்று கேள்விகளை அடுக்கி கொண்டே போனாள். ஒரு நிமிஷம் நான் சொல்றத கேளு செல்வி என்றான். சொல்லுங்க என்றாள். நான் நம்ம கிராமத்துக்கு தான் போறேன் அங்க போய் நம்ம நிலத்துல இயற்கை விவசாயம் பண்ணனும்னு முடிவு பண்ணி இருக்கேன். எதுங்க தினமும் ஒரு மாதிரி இருங்கீங்கனு கேட்டல அதுக்கு இது தான் காரணம் என்றான். செல்வி தன் கணவன் சொல்வதை கேட்டதும் அமைதியாய் இருந்தாள். நான் வேலைக்கு போறீங்க நீங்க கொஞ்ச நாளைக்கு வீட்ல இருங்க அப்பறம் அது சரியாகிடும் என்றாள். இல்ல செல்வி என்னால உனக்கும் கஷ்டத்த கொடுக்கிற மாதிரி ஆகிடும். நான் எங்க மேலாளர்கிட்ட பேசிட்டேன். அவரு இரண்டு மாசத்திற்கு தேவையான உதவி பண்றேன்னு சொல்லி இருக்காரு. நான் வேலைய விட்டு முழுசா நிக்கல, மருத்துவ விடுப்பு மாதிரி தான் எடுத்து இருக்கேன் அதுனால எந்த பிரச்சனையும் இல்ல. அவரு கொடுத்த ஒரு நம்பிக்கையில தான் நான் என்னோட முதல் அடியை எடுத்து வைக்க போறேன். இதை கேட்டதும் சரிங்க

உங்க விருப்பம் அது தான் சொல்றீங்க நல்ல படியா போய்ட்டு வாங்க என்று அனுப்பி வைத்தாள்.

கந்தசாமி பணிபுரியும் இடத்திற்கு சென்று அனுமதி கடிதத்தையும் மாத சம்பளத்தையும் பெற்றுக் கொண்டான். ஆலை மேலாளரை சந்தித்து நன்றியை கூறினான். தன்னால் இயன்ற உதவிகளை செய்வதாகவும் கூறி தன்னிடம் இருந்த ஐந்தாயிரம் ரூபாய் பணத்தை அவனிடம் அளித்தார். உனக்கு தேவைப்படும் என்று கூறினார்.

வீட்டிற்கு சென்று தன் குழந்தைகளுக்கு தேவையான பொருட்களை எல்லாம் வாங்கி கொடுத்தான். மாத சம்பளத்தை மனைவியிடம் கொடுத்து விட்டு தனக்கு தேவையான துணிகளையும் பொருட்களையும் எடுத்து வைத்து கொண்டு தன் மனைவி, குழ்தைகளிடம் சொல்லிவிட்டு கிளம்பினான். தன்னுடைய கிராமத்திற்கு பயணித்திட அவனுக்கு அவ்வளவு பேரின்பம் கொண்டான். பேருந்து பயணத்தின் வழிநெடுகிலும் இயற்கை காற்றையும் பனி படர்ந்த புல்வெளியும் கண்டு தன் இன்னல்களை எல்லாம் காற்றில் பறக்கவிட்டு பயணித்தான். அங்கு செல்வதற்கு இரவு நேரமாகிவிட்டதால் வழியிலே சாப்பாடும் வாங்கி கொண்டு சென்றான். தன் கிராமத்தில் உள்ள வீட்டிற்கு சென்றான். யாரும் பயன்படுத்தாமல் இருந்த வீடாய் கிடந்ததால் தூசி அடைந்து இருண்டு போய் கிடந்தது. இரவு நேரமாகிவிட்டதால் தான் கொண்டு வந்த பாயும் போர்வையும் வைத்து வெளியே இருந்த திண்ணையை சுத்தம் செய்துவிட்டு அங்கே படுத்து உறங்கினான். விடியற் காலையில் எழுந்ததும் தன் வேலைகளை

தொடங்கினான். வீட்டை சுத்தம் செய்து தான் கொண்டு வந்த பொருட்களை எல்லாம் எடுத்து வைத்து தயார்படுத்தினார். காலை உணவை பக்கத்தில் இருந்த ஒரு டீ கடையில் முடித்துக் கொண்டான். மீண்டும் தன் வேலையை தொடங்க ஆவலாய் தோட்டத்திற்கு சென்று தோட்டத்தின் நிலைமையை பார்த்தான். அங்கு முள் செடியும் கொடிமாய் கிடந்தது. என்ன பண்ணலாம் என்பதை யோசித்தான் அருகில் இருந்த தோட்டத்துக்காரிடம் சென்று உழுவதற்கு டிராக்டர் வேண்டும் யாரை அழைப்பது என்று கேட்டான். அவர் கொடுத்த தகவலை வைத்து ஊருக்குள் சென்று விசாரித்து உழுவதற்கு அவரை தயார்படுத்தி கூட்டி சென்றான். நான்கு மணி நேரம் உழுது முடித்த பிறகு அவருக்கான சம்பளத்தை கொடுத்துவிட்டு மீண்டும் தேவைப்பட்டால் அழைப்பதற்கு அவரின் அலைப்பேசி எண்ணை வாங்கி கொண்டான். வேலையில் முழு ஈடுபாடோடு இறங்கினான். தென்னங்கன்னு வாங்கி நட ஆரம்பித்தான். சரியான இடைவெளிவிட்டு தண்ணீர் பாசனத்திற்கு தகுந்த படி அமைத்தான். அதற்கு தேவையான இயற்கை உரங்களை இணையதளத்தில் தேடினான். அது மட்டுமே போதாது என்று அறிந்த கந்தசாமி மாதம் மாதம் பணம் கட்டி கொள்ளுகின்ற தவணை முறையில் பசு மாடு ஒன்றை வாங்கினான். தன் வீட்டின் பின்பகுதியில் தாழ்வாரம் அமைத்து அங்கு மாட்டை கட்டி வைத்தான். வார சந்தைக்கு சென்று காய்கறி விதைகளை வாங்கி வந்து நட ஆரம்பித்தான். கத்திரிக்காய், வெண்டைக்காய், தக்காளி போன்றவற்றை பயிரிட்டான். தினந்தோறும் தண்ணீர் பாய்ச்ச ஆரம்பித்தான். அவ்வப்போது இடுஉரங்களாய் இயற்கை

கழிவுகளையும் உரங்களையும் போட்டு கொண்டே வந்தான். நல்ல விளைச்சல் வர ஆரம்பித்தது. முதலில் சற்று சிரமப்பட்டு எல்லா வேலைகளையும் செய்தான். போக போக அவனுக்கு மனதில் உத்வேகமும் புத்துணர்ச்சியும் தென்பட்டது. காய்கறிகள் விளைச்சலை அறுவடை செய்து வார சந்தைக்கு கொண்டு சென்று மொத்த விற்பனைக்கு விற்று தனது முதல் வருமானத்தை பெற்றான். அதில் இனி தோட்டத்திற்கும் கால்நடைக்கும் செய்ய வேண்டிய செலவுகளை ஒதுக்கி வைத்தான். செலவின் விவரங்களை பட்டியலிட்டான். தனக்கு சாப்பாட்டு செலவுக்கு சிறு தொகையும் எடுத்து வைத்துக் கொண்டான். அடுத்து அடுத்து வந்த வருமானம் சேமிப்புக்குள் வந்தது.

இயற்கையோடு வாழ பழகினான். அங்கு இருக்கும் மக்களுக்கு தன்னால் இயன்ற உதவிகளை செய்தான். தென்னங்கன்றுகள் நன்றாக வளர ஆரம்பித்தது. தண்ணீர் தேவையை கருத்தில் கொண்டு தென்னங்கன்னுகளுக்கு சொட்டுநீர் பாசனத்தை அமைத்தான். வருகின்ற வருமானத்தில் நான்கு மாமரகன்னும் மூன்று கொய்யா கன்னும் வாங்கி வந்து நட்டான். இப்படியே அவனின் தோட்டமும் உள்ளமும் விரிவடைய ஆரம்பித்தது. வருகின்ற வருமானமும் அதிகரித்தது. குடும்பத்தின் எதிர்கால தேவையை கருத்தில் கொண்டு அதை தனது வங்கி சேமிப்பு கணக்கில் செலுத்தி வர தொடங்கினான். ஒன்றரை மாதம் கடந்த நிலையில் மேலாளரிடம் இருந்து அழைப்பு வந்தது. என்ன கந்தசாமி எப்படி இருக்கீங்க.? எப்போ வர மாதிரி இருக்கீங்க என்று கேட்க தொடங்கினார். கந்தசாமி நான் நலமாக இருக்கிறேன். உங்களுக்கு நிறைய

கடமை பட்டிருக்கின்றேன். நீங்க செய்த உதவிய என் மனைவி என்னிடத்துல சொன்னா...நான் வாழ்நாள் முழுவதும் மறக்க மாட்டேன் சார்... என்று கண்ணீருடன் கூறினான். அதுனால ஒன்னுமில்ல கந்தசாமி. என்னோட சகோதரிக்கு செய்றதுல என்ன இருக்கு என்றார். தன் வேலைகள் பற்றி கேட்க ஆரம்பித்தார். இங்கே வேலைகள் எல்லாமே நல்லா போயிட்டு இருக்கு... சார், இங்கே வீட்டையும் நல்லா அமைத்துவிட்டேன். வரும் வருமானத்தையும் சேமிப்பு கணக்கில் வைத்து வருகின்றேன். அதுபோக நல்ல விளைச்சலும் கிடைக்கின்றது. நான் மிகுந்த மகிழ்ச்சியாய் வாழ்கின்றேன்..சார், இங்கு மனைவியையும் குழந்தைகளையும் கூப்பிட்டு வந்து இருந்துவிடலாம் என்று நினைக்கின்றேன். உங்களுக்கு தான் கஷ்டத்த கொடுத்துடேன் சார்... வேலையில இருந்து நிற்காம என்று சொன்னான். உனக்கு சந்தோஷமா வாழ்கையில வாழ்ந்து அங்கேயே சாதிக்கனும் நினைக்கிற அதுனால எந்த தப்பும் இல்ல. நான் ஆலை நிர்வாகத்திடம் பேசிகிறேன். நீங்க சந்தோஷமா இருங்க அது போதும் என்றார். சரிங்க சார்... மிக்க நன்றி என்றான். இரண்டு மாதங்கள் கடந்த பிறகு தன் நகரத்தின் வாழ்விலிருந்து தன் குடும்பத்தை கொண்டு வந்து இயற்கையோடு இணைந்தே வாழ வேண்டும் என்ற ஆசையில் அங்கு சென்று தான் கிராமத்தில் தோட்டம் அமைத்து அதை பராமரித்து இயற்கை விவசாயம் செய்வதில் கிடைத்த வருமானத்தின் சேமிப்பையும் பசுமாடு ஒன்று வாங்கி தினசரி பால் விநியோகம் செய்வதையும் மனைவியிடம் கூறினான். மனைவியின் கண்களில் ஆனந்த கண்ணீரால் அவன் தோள் மீது சாய்ந்து அழ ஆரம்பித்தாள். இவ்வளவு வேலைகளையும் செய்து

எவ்வளவு கஷ்டப்பட்டு இருப்பீங்க என்று அழுத குரலில் கூறினாள். நீ இப்படி அழுது கவலைப்படுவேன் தான் சொல்ல வேணாம்னு நினைச்சேன் என்றான். சரி அழாத விடு... நான் இருக்கேன்ல என்று ஊக்கமளித்தார்.
எல்லாவற்றையும் எடுத்து வைத்து வீட்டை காலி செய்ய ஆரம்பித்தனர். அதற்கு முன் மேலாளரை பார்த்து பேசிவிட்டு வருவோம் என்று தன் குடும்பத்துடன் சென்றான். அங்கு சென்று தான் கிராமத்திற்கு செல்வதையும் எங்களுக்கு உதவியாகவும் ஆதரவாகவும் இருந்ததை சொல்லி நன்றியும் மரியாதையும் செலுத்தினான்.
நல்லபடியா போயிட்டு வாங்க என்று வழியனுப்பி வைத்தார்.
குடும்பத்தை இயற்கையோடு இணைந்த கிராம வாழ்விற்கு அழைத்து சென்றான். அங்கு சென்றதும் தன் கணவன் வீட்டையும் தோட்டத்தையும் பராமரித்து வருவதை எண்ணி ஆச்சரியப்பட்டு வாயடைத்து போனாள். அதிகாலை விடியலில் இளம் கதிரவனின் வருகையில் அழகாய் சாணம் தெளித்து வீட்டின் முற்றத்தை அழகு படுத்தினாள். பசு மாட்டின் கொட்டத்தை சுத்தம் செய்து மாட்டின் சாணத்தை மொத்தமாக ஓரிடத்தில் கொட்ட தொடங்கினாள். கந்தசாமி தோட்டத்திற்கு சென்று தண்ணீர் பாய்ச்சிவிட்டு வீட்டிற்கு கொஞ்சம் காய்களை பறித்துக் கொண்டு வீடு திரும்பினான்.வருடங்கள் செல்ல செல்ல இப்படியே தொடர்ந்து அழகான வாழ்வை வாழ ஆரம்பித்தார்கள். பசு மாட்டின் எண்ணிக்கையும் ஒவ்வொன்றாய் அதிகரித்தது. அதற்கு தனியாக ஆள் போட்டு பார்க்கும் அளவிற்கு அவனின் விடாமுயற்சியும் உழைப்பும் பன்மடங்கு உயர்ந்தது.

தென்ன மரங்கள் காய்கள் வைக்க தொடங்கியது. மாட்டுப் பண்ணையாய் மாற்றி பால் பொருட்களை மொத்தமாக ஏற்றுமதி செய்ய தொடங்கினான். தனது வருமானம் உயர ஆரம்பித்தாலும் அவனுக்கு இருந்த அடக்கமும் அன்பும் அவனை ஒரு நல்ல மனிதனாக மாற்றியது. இயலாதவர்களுக்கு உதவிகளை தொடர்ந்து செய்ய ஆரம்பித்தான். தன் மனைவியுடன் இணைந்து ஆதரவற்றோர் பசுமை இல்லம் அமைத்து அதை வழிநடத்தி பலரின் வாழ்விற்கு ஊன்றுகோலாய் இருவரும் விளங்கினர்.

கு . ரமேஷ் குமார்

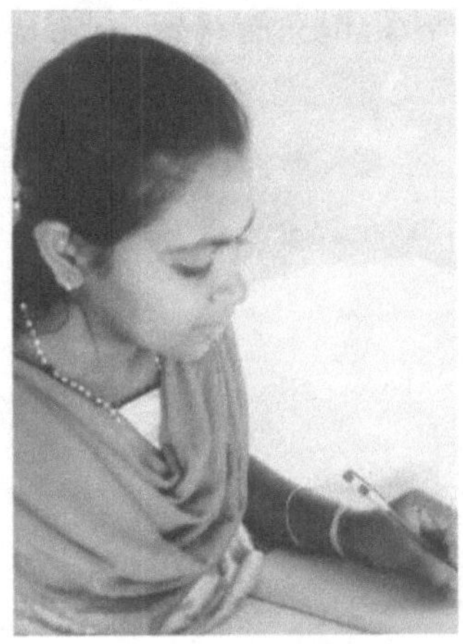

இவர் பெயர் நர்மதா.ஈரோடு மாவட்டம் .தமிழ் மீது அதீத ஆர்வம் கொண்டவர். தன் கவிதையால் பிறரை மகிழ்விக்கும் நோக்கம் கொண்டு தன் பேனாவோடு பயணிக்கிறார்.

இயற்கையின் அணைப்பு...

எழில் கொஞ்சும் அழகான கிராமம்.பார்க்கும் இடமெங்கும் பச்சை நிறம் கொஞ்சி விளையாடுவதாய் இருந்தது. வயல்வெளிகளுக்கு நடுவில் ஆடம்பரம் அற்ற ஒரு வீடு, அமைதியையே அது சிறப்பாய் கொண்டிருக்க வேறேதும் தேவையில்லை என்றே தோன்றியது. அந்த அழகான வீட்டில் தாய் -தந்தை, குழந்தை என அழகான குடும்பம்.
காலையில் துவங்கி இரவு தூங்கும் வரை இயற்கையோடு கலந்த அன்பு மட்டுமே அவர்களின் வாழ்வாய் இருந்தது. தந்தை பெயர் கேசவன், தாய் பெயர் தமிழரசி. கேசவன் இயற்கையோடும் தன் குடும்பத்தோடும் ஆனந்தமான வாழ்வை வாழ்ந்தாலும், பண ஆசை அவரின் மனதோரம் என்றுமே இருந்து வந்தது.
வீட்டை சுற்றிலும் மரங்கள் நிறைந்தபடி என்றுமே தென்றல் காற்று வீசி அவர்களை அமைதியான வாழ்வை நடத்தி வைப்பதாக இருந்தது. கேசவனைத் தவிர அவர்கள் வீட்டில் அனைவருக்குமே இயற்கை மீது என்றுமே அந்த காதல் குறைவதே இல்லை. பண ஆசை அவர்களை என்றுமே ஆளவில்லை.
ஒரு நாள் இவர்களின் அமைதியான இந்த வாழ்வில் புயல் காற்றைப் போல் சில பிரச்சனைகள் வந்தது. பட்டனத்தில் வசிப்பவர் "பாரதி".அவர் மிகவும் வசதியான தொழிலதிபர். அவர் மரக்கடை தொழில் செய்ய மரங்கள் நிறைந்த ஒரு பெரும்பகுதி அவருக்கு தேவையாய் இருந்தது. நீண்ட கால

தேடுதலுக்கு பின் இரையைக் கண்ட விலங்கு போல அவருக்கு கேசவனின் இடம் கிடைத்தது.
பாரதி, கேசவனின் இடத்தை அடைய நினைத்து ,அவரிடம் வந்து பேசி பணத்தாசை காட்டினார். கேசவனின் பண ஆசை அவரின் யோசனைக்கு இணங்கியது. கேசவனுக்கு அவரின் இடத்தை கொடுத்து விட்டு பண ஆசையை தீர்த்துக் கொள்ளவே தோன்றியது.
வீட்டில் வந்து அவனின் யோசனையைப் பற்றி கூறினான்.ஆனால் இயற்கையை உண்மையாய் நேசிக்கும் அவர்களுக்கு அந்த இடத்தை விட்டுக் கொடுப்பதில் துளியும் விருப்பம் இல்லை, அவர்கள் எத்தனைனையோ முறை கூறியும் கேசவன் கேட்பதாய் இல்லை. அவனின் பண ஆசை அவனை துளியும் யோசிக்க விடாமல் துரிதமாய் செயல்பட வைத்தது.
அவர்கள் இவ்வளவு வருடங்களாய் இன்பமாய் வாழ்ந்த வீட்டையும், உயிரென உணர்வென கலந்து இருந்த மரங்களையும் செடிகொடிகளையும் தன் பண ஆசைக்காக விட்டுச் செல்லும் மனநிலையில் இருந்தான். அந்த பணத்தை வைத்து நிம்மதியாக வாழ்ந்து விடலாம் என்று மனக்கணக்கு போட்டான் அவன். குடும்பத்தாரின் மனநிலையை துளியும் புரிந்து கொள்ளாமல் இடத்தை விற்று விட்டு பட்டினத்திற்கு குடியேறினர்.
என்னதான் பணம் இருந்தாலும் இயற்கையோடு இணைந்தபடி வாழ்ந்த அவர்களின் வாழ்வில் ஏதோ வெறுமையாகவே தோன்றியது.அவர்கள் அந்த வாழ்வை ஏமாற்றத்துடன் எதிர்பார்த்து காத்திருந்தனர். ஆனால் கேசவனின் பண ஆசை அதை ஏமாற்றமாகவே செய்தது.

நாட்கள் நகர்ந்து கொண்டிருக்க ஒரு கட்டத்தில் பணம் அனைத்தையும் இழந்து வெறுமையின் உச்சிக்கு சென்றான். அப்போது தான் அவனுக்கு இயற்கையின் மதிப்பு புரிய ஆரம்பித்தது. அந்த மரங்களும், வயல்வெளிகளும் இருந்திருந்தால் தீர்ந்து போகாத செல்வமாகவும், உணர்வுகளோடு கலந்த உறவுகளாகவும் அவை இருந்திருக்கும் என்பதை உணர்ந்தான்.

மீண்டும் அவன் ஆசையாய் வளர்த்த மரங்களை பார்க்கச் சென்றான். சென்றவன் பேரதிர்ச்சிக்கு உள்ளானான். அதில் பாதி மரங்கள் வெட்டப்பட்டு அவைகளெல்லாம் எங்களை காப்பாற்று என்று கதறி அழுவது போல் தோன்றியது. அவன் மிகுந்த மன உலைச்சலுக்கு ஆளானான். அவன் ஆசையாய் வளர்த்த ஒரு மரத்திடம் சென்று மண்டியிட்டு மன்னிப்பு கேட்டான்.

அதற்கு அந்த மரம் கூறியது: "ஆசை ஆசையாய் என்னை வளர்த்தாய் ஆனால்,பாதியில் என்னை இந்த பாவியிடம் விட்டு விட்டுச் சென்று விட்டாயே! இவர்கள் எங்களை அணு அணுவாய் சித்தரவதை செய்கிறார்கள். என்னால் முடியவில்லை. ஆனால் ஒன்று மட்டும் நியாபகம் வைத்துக் கொள்! எத்தனை முறை எங்களை வெட்டினாலும் மீண்டும் மீண்டும் துளிர் விட்டுக் கொண்டுதான் இருப்போம். அன்பாய் வளர்த்த உனக்கு உயிர் மூச்சாய் நாங்கள் இருப்போம்! " என்று கூறி விட்டு அந்த மரம் அவனை கட்டியணைத்து கண்ணீர் விட்டது.

மனம் திருந்திய அவன் போராடி அந்த இடத்தை மீண்டும் பெற்றான். மீண்டும் அவர்களின் வாழ்வு இயற்கையோடு கலந்தபடி இன்பம் மிகுந்ததாய் மாறியது. ஆயிரம் கஷ்டங்கள் வந்தபோதிலும் அவர்கள் இயற்கையோடு சேர்ந்து அதை எதிர்த்து

போராடி அமைதியாகவும் நிம்மதியாகவும் ஒரு வாழ்வை வாழ்ந்தனர்.

நாம் துரோகம் செய்த போதிலும் நம்மை காக்க முயற்சி செய்யும் இந்த இயற்கையை இன்னும் எத்தனை நாட்களுக்கு தான் காயப்படுத்த போகிறோமோ
இயற்கையோடு இணைந்தபடி வாழ்வோம்
சொர்க்கத்தை வாழும் போதே பார்க்கலாம்.

நர்மதா.சு
கள்ளியின் கிறுக்கல்..

ஜ. முஹம்மது வாஜித்.
சமூக விழிப்புணர்வு பிரச்சாரகர்..சமூக ஆர்வலர்.
பேச்சாளர். கவிஞர்.

இணையமும் நாங்களும்....!

இயற்கையை நீங்களும் நாங்களும் நன்கறிந்தோமா என்ற கேள்விக்கு இல்லை என்ற இயலாமையின் வார்த்தையே மெய்யானதாக நான் கருதுகிறேன்.. .. இயற்கை என்பது தாய் போல, இயற்கை அற்ற வாழ்வை வாழ்வது என்பது இன்பத்தமிழ் இன்றி வாழ்வது போல் ஆகும். நவீன உலகை தேடித்தேடி நம்மை நாடிய உலகை விட்டு விட்டோம். நாகரீக வளர்ச்சி என்ற பெயரில் ஒருநாள் நாதி இல்லாமல் நடு மரமாக நிற்கத்தான் போகிறோம்.
இன்டஸ்ட்ரீஸ் (தொழிற்கூடங்கள்) என்ற பெயராலும் இல்லம் என்ற பெயராலும் இயற்கையை அழித்து நிரந்தரமில்லாத திறனை நாடுகிறோம். இணையம் என்ற பெயரால் கதிர்வீச்சுகளை காகம் குருவிகளின் மேல் பாய்ச்சி அவைகளை பசித்திடாமல் படுக்க வைக்கிறோம் . நம் முன்னோர்களின் காலங்களில் டெலிபோன் என்ற பாதகம் இல்லா சாதக சாதனத்தை அனைவரது இல்லத்திலும் அமைத்து வைத்திருந்தோம். அக்காலகட்டத்தில் டெலிபோன் மணி அடித்தவுடன் அடித்துப் பிடித்து ஓடி போய் வீட்டிற்க்குள் எடுப்போம். ஆனால் தற்போது போன் மணி அடித்தவுடன் டவர்(signals) கிடைக்காமல் தெருவிற்கு ஓடுகிறோம் .நாகரீக வளர்ச்சி என்ற மடையர்களின் மனமில்லா மானமற்ற வளர்ச்சியின் பெயரால் இயற்கை அன்னையின் ரத்தத்தை உறிஞ்சிக் கொண்டு இருக்கிறோம்.2g.3g.4g.5g எனப்பல g க்கள் சிக்னல்களாக சிக்கல்களை அதிகரித்துக்கொண்டே உள்ளோம். இது வளர்ச்சியா இல்லை வளர்ச்சியின்மையா என்று பார்த்தோமேயானால் வளர்ச்சியின்மை என்பதே

உண்மையான ஒன்றாகும். கஞ்சி ஊத்தும் விவசாய நிலங்களையும் விவசாயிகளையும் கடன், விலைவாசி,.போன்ற அரக்கன் கைகளில் சிக்க வைத்து விட்டோம். இயற்கை அன்னையின் மடியில் அரவணைப்பிற்காக படுத்த இன்டர்நெட் வலைப்பின்னல்கள் ,கதிர்வீச்சுகள் போன்றவை இயற்கை அன்னையினை அறமில்லாத அண்டைவீடாக பாவித்துவிட்டது.
இதே நாகரீக வளர்ச்சி என்ற பெயரில் இயற்கையை அழித்தால் இல்லற மற்ற இயற்கை அற்ற மேலான உயிரை காப்பாற்றத் துடிக்கும் பாவம் மிகுந்த பாவிகளாக ஒருநாள் அந்த எல்லாம் வல்ல இறைவன் ஆக்கி விட்டான் என்றால் இவ்வுலகில் இருக்க முடியாது.
இணையத்தையும் இயற்கையையும் கீரியும் பாம்பும் போல சண்டையிட விட்டு விட்டு வேடிக்கை பார்த்துக் கொண்டுள்ளோம். வேடிக்கைப் பார்ப்பது வெகுநாள் நீடிக்காது என்பதுதான் மெய்யான ஒன்றாகும்.
இயற்கையுடன் இணைந்து இருப்போம் அது நமது தாய்க்குச் செய்யும் பணிவிடை போல, இயற்கையை நேசிக்கும் காதலிக்கும் சமூக ஆர்வலர்களும் இயற்கை ஆர்வலர்களும் இருக்கும் வரையில் தான் இவ்வுலகம் இருக்கும் என்பதே உண்மையாண திண்மெய்யாகும்.
இயற்கையை காதலித்து பார்ப்போம் உலகை ஆச்சரியமாக உருவாக்குவோம், இல்லறத்தை நல்லறமாக ஆக்குவோம் ,நாகரீக வளர்ச்சி என்ற பெயரில் நாளும் தெரியாமல் போகாமல் நிலைத்து நிற்கும் சமுதாயத்தில் நடக்கும் சங்கடங்களை

தகர்ப்போம் ,,,நாட்டை நாடாக
மாற்றுவோம்,,நானிலம் போற்றும் அளவிற்கு
நல்லுறவுடன் வாழ்வோம் நிலைத்திருப்போம் நீண்ட
ஆயுளுடன். ...

ஜ. முஹம்மது வாஜித்

செல்வேந்திரன் (எ) செல்வா

செல்வேந்திரன்
நான் ஒரு முதுகலை பட்டதாரி ஆங்கிலம். தாய் மொழி தமிழ் மீதான பற்றால் பல சிறுகதையும், கவிதைகளையும் படைத்து வருகிறேன்

எதிர்காலக் கனவு

டேய் அவசரமா போகாதாடா...
பாத்து பத்திரமா போடா......
லண்டன் போய் சேர்ந்ததும் மறக்காம ஒரு போன் பண்ணுடா.....

டேய் அங்க சாப்பாடு வச்சு இருக்கேன் எடுத்து போட்டுவிட்டு போ பிளைட்ல்ல பறக்கும் போது பசிச்சா சாப்பிடுவ அந்தத் டிபன் பாக்ஸ் மறக்காம எடுத்துட்டு போடா......

அம்மா அமைதியா இரும்மா நானே பிளைட்க்கு டைம் ஆச்சுன்னு டென்ஷன்லக் இருக்கேன். சரி போயிட்டு வரேன் அம்மா....

ஏய் பத்மா சிவா லண்டன்க்கு புறப்பட்டான்னா. ஆமா அம்மாச்சி நான் போய்ட்டு வரேன். சரிம்மா பாய்.

பத்து வருடங்கள் கழிந்தது...

என்னங்க! என்னங்க!...
சொல்லு டி..
அத்தை இறந்து ஒரு வருஷம் ஆச்சு உங்க ஊருக்கு போய் பத்து வருஷம் ஆச்சு....
அதுக்கு இப்போ என்ன பண்ணலான்னு சொல்லுற.
ஒண்ணும் இல்ல அங்க ஒரு இரண்டு ஏக்கரா இருக்குன்னு சொன்னிங்கிள்ள அதைப் போய் வித்துட்டு வந்தா . உங்க பிரண்டு கம்பெனியில் இன்வெஸ்ட் பண்ணலாம் இல்ல.

நானும் அதையே தான் யோசிட்டு இருந்தன். அடுத்த வாரம் இந்தியாவுக்கு போயிட்டு வரேன்......

பத்து வருடத்திற்கு பிறகு இந்தியா வந்து சேர்ந்தான் ...

அப்பாடா சொந்த நாட்டுக்கு வரதே ஒரு தனி உணர்வு தான்...
அதிலேயும் இந்த டவுன் பஸ்ல்ல போர சுகமே தனி சுகம் தான்யா

என்ன இந்தியா பத்து வருஷத்துல்ல இவ்வளோ டெவ்ளப் ஆயிட்டு இருக்கு சுத்தி சுத்தி ஒரே பில்டிங்கும், கம்பெனிஸ்சும் இருக்கு.

ஆனா என்ன ஒரே பிளிங்குன்னுனா கண்ணுக்கு எட்டிய வரைக்கும் ஒரே ஒரு மரம் , ஒரேயொரு விவசாய நிலம் கூட இல்லங்கறது தான் அத்தான் எல்லாம் பிளாட் போட்டு வச்சு இருக்காங்ளே....

நடத்துநர் விசில் சத்தம் கேட்டு சிவா இறங்கினான்...

சந்திரப்பட்டி தங்களை அன்புடன் வரவேற்கிறது...

இன்னுமாடா இந்த போர்ட்டு இருக்கு

இங்கிருந்து ஒரு கிலோ மீட்டர் நடந்து வேறப் போனுமா . என்ன இன்னைக்கு ரொம்ப வெயில் அடிக்குது நின்று போலாம்னு நினைச்சாக்குட ஒரு மரம் கூட இல்லையே. இந்த பாட்டில் எங்க வச்சேன் இதோ தண்ணீயாச்சு இருக்கே..

திடிரென ஒரு சப்தம் ஒரு பாட்டில் தண்ணீர்காகக். ஊரில் உள்ள அனைத்து மக்களும் அவன் மீது பாய்ந்தன.

டேய் ! டேய் சிவா எழுந்துருடா மணி ஒன்பது ஆச்சு இன்னும் என்னடா தூக்கம் விசா ஆப்பிஸ்க்கு போனும்னு சொன்னியே எல்றா டைம் ஆச்சு..

திடுக்கிட்டு எழுந்தவன். ச்சீ இதெல்லாம் கனவா. டேய் டைம் ஆச்சு டா மின்ன இருந்து உன் பிரென்ட் போன் மேலே போன் போட்டுட்டான். சீக்கிரம் ரெடியாகி கிளம்பு..

ஓடிப்போய் அவன் அம்மாவை அனைத்து கொண்டு நான் இங்கேயே தங்கி விவசாயத்தை பார்க்க போறேன் அம்மா இனி வரும் தலைமுறைக்கும் விவசாயத்தை கத்து கொடுத்து இயற்கை கப்பாத்தறது எவ்வளவு முக்கியமிங்கறது எடுத்து சொல்லப்போறன்னு கண்ணீருடன் அழுது கூறினான்.

-உங்கள் செல்வா-

செல்வேந்திரன் (எ) செல்வா

செல்வி. சிவகுமார் தேவமலர் என்பவர் கிழக்குப் பல்கலைக்கழகத்தில் தமிழ்த்துறை சிறப்பு கற்கை நெறியில் இறுதி வருடத்தில் கற்கிறார்.

என் வரம்

மார்கழி மாதம் வழமைபோல் அடைமழைக் காலமாகும்.ஆதனால்மழை சோனாவாரியாகக் கொட்டிக்கொண்டிருந்தது. கிழக்கு ஈழமே மாரி காலத்தில் வழமைபோல் காணாத மழை. அமைதியாக உறங்கிக்கொண்டிருந்த மட்டக்களப்பு வாவியிலே ஒரு பரபரப்பு, ஆம் "மட்டக்களப்புவாவி அனைத்திலும் நீண்டதும் பெரியதுமான பாம்புகள் வந்து குவிந்து கொண்டிருக்கின்றனவாம்." என்பதுதான் அதற்கான காரணமாகும்.

அதனால் "மட்டக்களப்பின் அனைத்து கரையோர மற்றும் நீர்நிலைகளை அண்டிய பிரதேசமக்கள் கவனத்துடன் இருக்க வேண்டும் என்றும், இடியுடன் கூடிய மழையும் சூறாவளி , சுனாமி போன்ற இயற்கை அனர்த்தங்களும் ஏற்படலாம்" என வானிலை ஆராய்ச்சி நிலையம் தெரிவித்ததாக சத்தி எப்.எம் இல் காலை நேரச் செய்தியை கேட்டதிலிருந்து ஆரம்பித்தது கண்ணனின் பயணம். அந்த தனியார் பேரூந்தில் பயணம் கண்டியிலிருந்து மட்டக்களப்பில்உள்ள வாழைச்சேனை பிரதேசத்தை அண்டியதான கிண்ணையடியை நோக்கி...

கண்ணனின் இந்த அவசர பயணத்திற்கு காரணம் என்னவோ? பதிலளிக்க தொடங்கியது கண்ணனின் மனசாட்சி எனும் நண்பன். கண்ணன் தற்போது பேராதனையில் உள்ள ஆசிரியர் கலாசாலையில் பயின்று இறுதி வருடத்தினை பூர்த்தி செய்த மாணவன். கடந்த வாரம் தான்அவனது கலவியாண்டுக்கான அனைத்து நடவடிக்கைகளும்

பூர்த்தியாயின. தனக்கு அம்மாவாகவும், அப்பாவாகவும் விளங்கும் தன் தாயை பிரிந்து அவன் கழித்த காலம் இதுவேயாகும்.

இறுதியாக தன் தாயை ஒரு வருடத்திற்கு முன்புதான் கண்ணன் பார்த்தான். அதன் பிறகு தனது கல்வி நடவடிக்கைகள் அதிகமாகி இருந்ததால் அவனால் பார்க்க முடியவில்லை. அந்த ஆவலுடனும் கடந்த ஒரு வாரமாக மட்டக்களப்பில் பெய்த மழையும் அதனுடன் கூடிய மின்னல் இடியுமே கண்ணனை தன் தாயைப் பார்க்கத் தூண்டியது. அதுமட்டுமன்றி இன்னும் ஒரு மாத காலத்திற்குள் தனக்கு ஒரு பாடசாலையில் வேலை கிடைத்துவிடும். அதனால் தாய்பட்ட துன்பங்களுக்கும், கஸ்டங்களுக்கும் ஒரு விடிவு காலம் கிடைத்து விடும் என்ற நம்பிக்கையும் கண்ணனை தன் தாயை பார்க்க வேண்டும் என்ற அவாவை தூண்டியது....

“இன்னும் ஐந்து மணித்தியாலத்திற்குள் வாழைச்சேனையை எட்டிவிடலாம் " என்ற பஸ்சாரதியின் கம்பீரமான தொனி கண்ணனுக்கு அவனது தாயை பார்க்க வேண்டும் என்ற ஆசைக்குஉயிர் ஊட்டியது. ஆனாலும் மழை நின்றபாடில்லை. சரமாரியாக மழைத்தூறல்களை அள்ளி வழங்கியது மண் மாதாவிற்கு, மகிழ்ச்சியில் திளைத்தன மரங்கள்.

தந்தை அவனது பத்து வயதில் யுத்தத்தில் இராணுவத்தினரால் கொல்லப்படுவதிலிருந்து அவனதுதாய் இன்று வரைக்கும் அரும்பாடுபட்டு அவனை படிக்க வைத்து இன்று ஒரு ஆசிரியனாக

அவனை உருவாக்கியது வரைக்கும் அனைத்து சாதனைகளும் தாய் மட்டுமே காரணமாவார்.

கண்ணனின் சொந்த பிரதேசமான வாழைச்சேனையிலுள்ள ஒரு பின்தங்கிய பிரதேசமானகிண்ணையடி ஆகும். பார்க்க எங்கும் பச்சை புற்களாகவும் மரங்களாகவும் தெரிந்தாலும்பெரும்பாலானவர்களின் தொழிலின் நிறம் நீலம்தான். ஆம் ஆற்றுத் தொழிலினைத் தான் அப்படி சொன்னேன். ஆற்றில் மீன் பிடிப்பது, வலை கட்டுவது, தூண்டில் போடுவது, சிறிய இறால் குஞ்சுகளை பிடிப்பதற்காக அந்தாங்கு கொண்டு வடித்தல் எனபன அவ்வூர் மக்களின் ஜீவனோபாயமாக இருந்தது.

கண்ணனின் தாயும் தன் மகனை உயர்ந்த இடத்திற்குக் கொண்டு செல்ல, அந்தாங்குமட்டையினை எடுத்து வடிக்க ஆரம்பித்தவள் இன்று வரைக்கும் கரம் பற்றிக்கொண்டிருக்கின்றாள். விட்டபாடில்லை, இற்றை வரைக்கும் விட்டபாடில்லை மழையும்கூட.....

கண்ணனின் தாய்க்கு சொந்தம் என்று சொல்லிக்கொள்ள யாருமில்லை. அவ்வாறு இருந்தாலும் அள்ளிக்கொடுக்க அவர்களிடம் வாதியுமில்லை. இவ்வாறான நிலைமையில்தான் கண்ணனின் கல்விப்பயணம் தொடர்ந்தது. இன்று அதில் பெற்ற வெற்றி தாய்பட்ட அனைத்து துன்பங்களுக்குமான பிரசாதமாக அமையும் என்ற நம்பிக்கையில் வந்து கொண்டிருந்தான் கண்ணன்.

காலையிலும் உண்ணவில்லை, மதிய உணவிற்காக பஸ் நிறுத்தப்பட்ட போதும் கூட அவன்அதை கவனிக்கவில்லை. அவன் மனதில் தன் தாய் அவனை படிக்க வைப்பதற்காக பட்ட துன்பங்களே மனக்கண்ணில் காட்சியளித்தன.

வழமையாக அவன் தாய் எழும்புவதைக் கண்டே சேவல் கூவும். அவள் எழுந்து கண்ணனை பாடசாலைக்கு அனுப்பும் வேலைகளை முடித்துவிட்டு சுமார் ஏழு மணிபோல் ஆற்றிற்கு அத்தாங்குடன் வடிக்கச் சென்று விடுவாள். ஆற்றில் வடித்து வந்து அதிலுள்ள சிறிய இறால்களை (கூனி) தெரிந்து எடுத்து பங்கு வைத்து அயலில் கூவி விற்பாள். இவ்வாறு ஒரு நாளைக்கு நூறு ரூபாய் வருமானம் பெற்று அதன் மூலமே கண்ணனை ஆசிரியனாக உருவாக்கியவை எல்லாமே கண்ணனின் மனக்கண் முன் வந்தன.

இதே போல மாலை வேளையிலும் ஆற்றிற்கு சென்ற சிறிய மீன்களை கறியாக்கி சிறிய இறால்களை ஒரு சட்டியில் போட்டு வறுத்து காயவைத்து, ஒவ்வொரு ஞாயிறும் சந்தைக்கு கொண்டு சென்று விற்பதன் மூலமும் தனது வருமானத்தை கூட்டிக் கொள்வாள்.

உண்மையில் அவனுடைய தாய் ஆற்றங்கரைக்கு வடிக்க போகும்போது தற்கால சினிமாவில்ஆடும் பெண்கள் அணிவது போன்ற ஆடைகளை அணிந்து செலவாள். ஆம் இடுப்பில் கிழிந்த துணியினை கூட்டித் தைத்து இருந்தாலும் எல்லா இடமும் சுரியும் அழுக்கும் அதை ஆக்கிரமிக்கும் பாவாடையை அணிந்திருப்பாள். பாவாடைக்கு மேலாக அங்குமிங்கம்கிழிந்திருக்கும் சட்டை மட்டும்

நெஞ்சுக்கு அணிந்து செல்வான். அவளுக்கு என்று ஒரு பட்டாளமே இருக்கின்றது. அவர்கள்தான் அவளது தொழில் கூட்டாளிகள், அவர்களது தோற்றமும் அப்படித்தான் இருக்கும் ஏழ்மையான உடைகள்.

கண்ணனுக்கு அவனது தாயை பார்க்கும் போதெல்லாம் படிக்க வேண்டும், முன்னுக்கு வரவேண்டும், வாழ்க்கையில் வெல்ல வேண்டும் என்ற வெறி இரட்டிப்பாகும். அவளது தாய்கறுப்பாக, வயது சுமார் நாற்பது இருக்கும் எப்போதும் கை கால் எங்கும் முட்பற்றைகளின்கீறல்களும் பல பெரிய காயங்களும் எப்போதும் காணப்படும். அடிக்கடி வலி தாங்க முடியாமல் தூங்கும் போது முணுமுணுப்பது கண்டு கண்ணனின் நெஞ்சம் கண்ணீர் வடிக்கும். அவனது கல்வி நடவடிக்கை, இளம் வயது காரணமாக யாரும் அவனை வேலைக்கு அழைக்கவும் மாட்டாரகள். அவனது இயலாமை அவனை அழ வைக்கும்.

அவ்வாறான நிலைமைகளில் எல்லாம் கண்ணன் நினைத்துக் கொளயான் "அவள் தன்வாழ்க்கையை உரமாக்கி என் வாழ்க்கையை வரமாக்க நினைக்கிறாள். இந்த வாழ்க்கை என்னும் வரத்தை தந்த அவளுக்கு நான் என்ன செய்யப்போகிறேன்?" என்று அடிக்கடி கேள்வி கேட்பான்.

இப்படித்தான் கல்லூரியில் மட்டும் செலவுக்கு கூட ஒவ்வொரு மாதமும் மூவாயிரம் ரூபாய் கண்ணனுக்கு வங்கியின் மூலம் அனுப்பி வைப்பாள். இறுதியாககூட போன மாதம் கடும் மழையால் ஆற்றில் ஒன்றும் படாத காரணத்தினால்

அயலாரிடம் வட்டிக்கு கடன் வாங்கி அனுப்பியதாக கண்ணனுக்கு அவனது அயல் வீட்டார் கடிதம் அனுப்பி இருந்தனர். இவ்வாறான தன் தாயின் துன்பத்தை போக்கும் எண்ணத்துடன் தம் வாழ்வில் புதிய மலர்ச்சியும், தன் தாயை நல்ல நிலையில் வைத்து பார்க்க முடியும் என்ற நம்பிக்கையிலும் கண்ணன் வந்து கொண்டிருக்கின்றான்.

சிறிது நேரம் விட்டிருந்த மழை கண்ணன் அவளது ஊரை நெருங்க நெருங்க மேலும் பலமாக சத்தமான இடியுடன் தூறியது...

ஒரு மாதிரியாக வாழைச்சேனை பேரூந்து தரிப்பிடத்தில் இறங்கி நடந்து வந்து தனது ஊரான கிண்ணையடிக்கு செல்ல ஆயத்தமாகின்றான்.

தான் ஒருவருடத்திற்கு முன்பு பார்த்த ஊ ருக்கும் தற்போது பார்க்கின்ற ஊருக்கும் நிறைய வித்தியாசங்கள். ஒரு சில இடங்கள் மட்டுமே அவனது இளமைக்கால சுவடுகளை ஞாபகப்படுத்தின. புதிதாக புதிய பல கல்லாலான வீடுகள், தார் வீதிகள் என்பன முளைத்திருந்தன. ஆனாலும் அந்த அடர்ந்த மழை இருட்டில் வீதி எங்கும் மங்கலாகதெரிந்தது.

கண்ணனின் மனதிற்குள் சற்று ஒரு ஆறுதல், ஒரு மாதிரியாக நனைந்த நடையோடு மழை என்றும் பார்க்காமல் தன் வீட்டிற்கு வந்து விட்டான். வீடு என்றால் ஓலை சருகுகள் கொண்டு கட்டப்பட்ட வீடு தான். வீட்டை அடைந்ததும் ஒரு பூரண திருப்தி.

அன்று மட்டும் அவர்கள் வீட்டில் கண்ணனின் உறவினர்கள் அன்று மூன்று நான்கு பேர் நின்றுகொண்டிருந்தனர். கண்ணன் நினைத்தான் “தனது வருகைக்காகத்தான் காத்திருக்கின்றார்கள்" என்று உடனே கண்ணனின் பார்வை தனது அன்புத் தாயை நோக்கி திரும்பியது.

கண்ணன் தன் தாய் வீட்டினுள் துணியை போடும் கொடியைப் பற்றிக் கொண்டு நிற்பதனைக்கண்டு “அம்மா” என்றான்.

அவனது தாய் திரும்பி பார்த்து “யாரது?” என்று கேட்டதும் கண்ணனின் நெஞ்சம் கலங்கி நின்றது. கண்ணன் “அம்மா! அம்மா! நான் தான் கண்ணன்" என ஓடிச்சென்று தன் தாயை அணைத்துக் கொண்டு பார்த்தான் அவள் முகத்தை,

என்ன ஆச்சரியம் அவனது தாயின் கண்களால் பார்க்க முடியாமல் தட்டுத் தடுமாறி ஏங்கியக் கொண்டு புலம்பி நின்றாள்.

அயலவர்கள் சொன்னபோதுதான் தெரிந்தது, மூன்று மாதங்களுக்கு முன்பு கண்ணனின் தாய்க்கு ஆற்றுக்கு செல்லும் போது இடி விழுந்து கண்கள் இரண்டும் இழந்த நிலைமையில் தான் இப்பொழுது இருக்கிறாள் என்று.

இப்பொழுதும் மழை பெய்து கொண்டுதான் இருக்கின்றது. இப்பொழுதுதான் கண்ணனுக்கு புரிந்தது தனக்கு வாழ்க்கை வரம் தந்த தம் தாய்க்கு பணிவிடை செய்ய ஒரு வரத்தை இயற்கை தனக்கு அளித்திருப்பது.

இது தனது தாய்க்கு சாபமாக இருந்தாலும் அதனை வரமாக மாற்றியமைத்து அவளை காக்கும் பொறுப்பை இயற்கை அளித்திருப்பதை. அது மட்டுமல்லாமல் இயற்கை தன் வாழ்வுடன ; என்றும் இணைந்திருப்பதையும் உணர்ந்தான.

கண்ணனை மழை நனைத்தது. அது சோக மழை அல்ல வரமளித்த இயற்கையின் சந்தோச மழை... தன் தாய்க்கான நன்றிக்கடனை தீர்ப்பதற்காக...

செல்வி. சிவகுமார் தேவமலர்,
தமிழ்த்துறை சிறப்புக் கற்கை மாணவி,
இறுதி வருடம்,
கிழக்குப் பல்கலைக்கழகம்,
இலங்கை.

தமோதரன் என்னும் நான் ஒரு எழுத்தாளர் இதுவரை பல சிறுகதைகள் மற்றும் கவிதைகளை சமூக வலைத்தளத்தில் பதிவேற்றியுள்ளேன்

ஒரு காடு தன்னை இழக்கிறது

மழையின் அழுகை சற்று முன்னர்தான் ஓய்ந்திருந்தது. இருந்தும் அடர்ந்து நின்றிருந்த மரங்களின் கிளைகளிலிருந்து மிச்சமாய் தொங்கி கொண்டிருக்கும் நீர் துளிகள் எல்லாம் வெள்ளமாய் வடிந்து அந்த காடு முழுவதும் மழையின் இரைச்சல் மட்டும் விடாமல் கேட்டுக் கொண்டிருந்தது. அங்கங்கே பொந்துகளில் பதுங்கியிருந்த பறவைகள் ஒவ்வொன்றாய் வெளி வந்து தன் உடல் மீது படிந்திருந்த தண்ணீர் துளிகளை சிறகை விரித்தும் அடித்தும் காயவைத்து கொண்டிருந்தன. ஓரளவுக்கு அன்றைக்கு வேட்டையாடியோ, மேய்ந்தோ தங்களது வயிற்றை நிரப்பியிருந்த விலங்குகள் நேரம் மாலை ஆகி இருளும் படிந்து வந்ததால் பேசாமல் இரவு பொழுதை இப்படியே கழித்து கொள்ளலாம் என்னும் எண்ணத்தில் இருந்தனவோ தெரியவில்லை, மேற்கொண்டு இரை தேடாமல் மீண்டும் தங்கள் பொந்துகளில் போய் படுத்து கொண்டன.
ஆனால் மழை பெய்ய ஆரம்பிக்கும் வரை இரை எதுவும் கிடைக்காமல் அலைந்து கொண்டிருந்த சைவ, அசைவ விலங்குகள் “இரவு பசிக்கு” ஏதாவது கிடைத்தால் நன்றாய் இருக்கும் என்னும் எண்ணத்தில் அந்த நேர மங்கல் இருட்டிலும் தங்களது வேட்டைகளை தொடர ஆரம்பித்திருந்தது. கிட்டத்தட்ட பல மைல் சுற்றளவு கொண்ட அந்த காடு, இந்த காட்டை நம்பி பல்லாயிரம் ஜீவன்கள். இவைகள் எதுவுமே இங்கிருந்து எதையும் எடுத்து போய் பிழைக்கவில்லை, இங்கு கிடைக்கும் எல்லாமே இவைகள் அனுபவித்து இங்கேயே

மரணித்து அல்லது இங்குள்ள விலங்குகளுக்கே உணவாகி உரமுமாகி கொண்டிருந்தன.
இந்த மேகங்களுக்குத்தான் என்ன பாசமோ தெரியவில்லை அதன் மடிகள் கனக்க ஆரம்பித்தால் போதும், அரக்க பறந்து இங்கு வந்து சட்டென தனது மடியில் இருக்கும் எல்லாவற்றையும் மழை நீராய் கொட்டி விட்டு அப்பாடா என்று வெற்று மேகங்களாய் அந்த இடத்தை விட்டு பறந்து போகின்றன.
அவைகள் ஆகாயத்தில் இந்த காட்டை சுற்றி வந்து விட்டால் அவ்வளவுதான் சூரிய பகவான் எவ்வளவுதான் உச்சியில் இருந்து தனது உக்கிரத்தை காட்டி கொண்டிருந்தாலும்,
இந்த இடத்தில் தனது கோபத்தை அப்படியே மென்று விழுங்கி கொண்டு சத்தமில்லாமல் அங்கிருந்து நகர்ந்து விடுவான்.
அவன் அந்த இடத்தை விட்டு நகர்ந்தவுடன் உள்ளிருக்கும் எல்லா ஜீவன்களும் தங்களது ஆட்டம் பாட்டம் இவைகளை காட்ட ஆரம்பித்து விடுகிறது.
இவைகளுக்கு அந்த சூழ்நிலையில் காதல் உணர்வுகள் எப்படித்தான் பெருகிறதோ, தெரியவில்லை,அதனதன் ஜோடிகளை கவர தங்களது ஆட்ட திறமைகளை காட்ட ஆரம்பித்து விடுகின்றன.
இவைகளின் ஆட்டபாட்டத்தை காண எப்பொழுதும் இவைகளையே உணவாக வேட்டையாடும் விலங்குகள் கூட சத்தமில்லாமல் நல்ல அடர்ந்த புதர்களுக்குள் உட்கார்ந்து இவைகளின் ஆட்டம் பாட்டத்தை திருட்டுத்தனமாக கண்டு களித்து கொண்டிருக்கும்.
இவைகள் எல்லாம் இந்த காட்டை தங்களுடையது என்று சொந்தம் கொண்டாடி வந்தாலும்

ஆச்சர்யமாக மனித இனங்களையும் தங்களுக்குள் ஏற்றுக்கொண்டும் இருக்கின்றன.
ஆனால் ஒன்று, அந்த மனித இனங்கள் அந்த காட்டுக்குள்ளேயே வசித்து புசித்து வாழக்கூடிய காட்டுவாசிகளை மட்டுமே தங்களுக்குள் ஒரு விலங்காக கருதி ஏற்றுக் கொண்டுள்ளன.
அவர்களும் இந்த காட்டை நம்பியே வாழந்தும் வந்து கொண்டிருந்தார்கள். அப்படி விலங்குகளிலிருந்து தனித்து தெரிவதற்காக அந்த காட்டுக்குள் இருந்த அறுபது குடும்பங்கள் அங்கங்கு நிலங்களை சீரமைத்து பயிறுகளை பயிரிட்டு தங்களுக்கு உபயோகப்பட்டது போக மிச்சத்தை நகரங்களுக்கு வந்து விற்று காசாக்கி மற்ற பொருள்களை வாங்கி மீண்டும் காட்டுக்கே சென்று கொண்டிருந்தனர்.
அவர்கள் கூட மிக மிக எச்சரிக்கையாக இருந்தனர், மற்ற மனித கூட்டங்கள் இந்த காட்டுக்குள் அத்து மீறி வரக்கூடாது என்பதை.
அப்படியும் பேராசையாய் அலையும் சில மனித கூட்டங்கள் அத்து மீறி நுழைந்து அங்கிருந்த மரம், விலங்குகளை வேட்டையாடி போகும் செயல்பாடுகளும் நடந்து கொண்டுதான் இருந்தது.
அது மட்டுமல்ல இந்த காட்டுவாசிகளை ஏமாற்றி தானியங்களுக்கு குறைந்த விலையை கொடுத்து மூட்டை மூட்டையாய் எடுத்தும் சென்று விடுவர்.
இந்த மாதிரி ஏமாற்றுகாரர்களை காடு மன்னித்து விட்டுவிடுமோ என்னமோ தெரியவில்லை. அப்படி வரும் மனித கூட்டங்களுக்கு பெருமளவு விலங்குகளால் பாதிப்பு ஏற்படுவதில்லை என்பதால் இதை உணரமுடிகிறது.
அன்று அந்த காட்டில் பட படவென சத்தமிட்டு ஆகாயத்தில் பறக்க, என்னமோ ஏதோவென்று

காட்டுக்குள் இருந்த எல்லா மிருகங்களும், பறவைகளும் அஞ்சி நடுங்கி பதுங்க ஆரம்பித்தன. காட்டுவாசிகள் மட்டும் அவர்கள் குடிலை விட்டு வெளியே வந்து ஆகாயத்தை பார்க்க "மூன்று நீளமான பட்டைகள்" வேகமாக சுழன்று கொண்டிருக்க, ஹெலிகாப்டர் ஒன்று அப்படியே காட்டுக்கு மேல் பறந்த நிலையில் நிலையாக நின்று கொண்டிருந்தது.

உள்ளிருந்த இருவர் வெகு நாகரிக உடையுடன் கீழிருக்கும் காட்டை சுற்றி காட்டி நம்ம “புராஜெக்ட்டுக்கு” அருமையான இடம், பாருங்க இங்கிருந்து நாற்பது கிலோ மீட்டர் தள்ளி ஒரு டவுன் இருக்கு. இந்த பக்கம் பாருங்க, முப்பது கிலோ மீட்டர் தள்ளி ஒரு டவுன் இருக்கு, சுத்தி வர பாருங்க, எல்லாம் விவசாய் நிலமாத்தான் இருக்கு, நம்ம இந்த காட்டை ரெடி பண்ணா போதும் நல்ல ஸ்மார்ட்சிட்டி கிடைச்சுடும். பக்கத்துல இருக்கற எல்லா ஊரையும் இதோட இணைச்சுட்டா இந்த இடம் ஒரு மும்பைய விட, இல்லை பெங்களூரை விட பெரிய சிட்டியாக்கிடலாம்.

எப்படியும் இந்த காடு நாற்பது மைல் சுத்தளவு கிடைக்கும். அப்ப யோசிச்சு பாருங்க எவ்வளவு பெரிய சிட்டி இங்க வரும்னு.

அவர் மேலும் மேலும் சொல்லிக்கொண்டே போக அவர்கள் இருவரின் மனதுக்குள்ளும் அப்பொழுதே அந்த காடு தரை மட்டமாக்கப் பட்டு பெரிய நகரமாக கண்களுக்கு தெரிய ஆரம்பித்து விட்டது. இந்த சத்தம்தான் தங்களது அழிவுக்கு முதல் காரணமாய் இருக்க போகிறது என்பதை அப்பொழுது அறியாத அந்த காட்டுவாசிகள் கூட்டம் இப்படி ஒரு உருவம் ஆடாமல் அசையாமல் இருந்த

இடத்திலே பறந்தபடி நிற்பதை கண்டு ஆச்சர்யத்தில் வாய் பிளந்து நின்றது.
நகரமெங்கும் போராட்டங்கள் வெடித்தன, அழிக்காதே, அழிக்காதே, காட்டை அழிக்காதே.வழக்கம்போல எதிர்க்கட்சிகள் போராட்டங்களை நடத்தி அரசாங்கத்தை எதிர்க்க இந்த காட்டை அழித்து நகராக நிர்மாணிக்க அரசால் அடையாளம் காணப்பட்ட பத்திருபது நிறுவனங்கள் கை கோர்த்து எதிர்ப்பவர்கள் ஒவ்வொருவராக வழிக்கு கொண்டு வர ஆரம்பித்தது.
உலக வங்கியின் கடன், வருமானம், நகரம் வருவதால் மனித குலத்துக்கு கிடைக்கும் வேலை வாய்ப்பு, அங்குள்ள விவசாயிகளை கவர உங்கள் வேளாண் பொருட்களுக்கு நல்ல வியாபார சந்தை, இப்படி அனைத்து வசதிகளையும் கற்பனையில் அவர்கள் முன்னால் கொண்டு வந்து காட்டியது.
ஒரு கூட்டம் "காட்டுவாசிகளை என்ன செயவது" இந்த கேள்வியை கேட்டு போராட்டம் நடத்த அவர்களுக்கும் தகுந்த ஈடு கொடுத்து தொலை தூர மலைக் காடுகளுக்கு அவர்களை குடி பெயர ஏற்பாடு செய்து கொடுத்தார்கள்.
அதற்குண்டான எல்ல செலவுகளையும் அந்த கூட்டத்தை வைத்தே பணத்தால் முழுகடித்து 0காரியத்தை முடித்து கொண்டார்கள்.
எல்லோரும் அவரவர் வசதிகளுக்காக ஏற்பாடுகளை செய்து அந்த காட்டை அழித்து ஒழிக்க வந்தவர்களுக்கு காட்டி கொடுத்து கொண்டிருக்க, அங்குள்ள மிருகங்களுக்கு மட்டும் ஒன்றும் புரியவில்லை. ஒன்றை ஒன்று வேட்டையாடித்தான் அவைகள் உயிர் வாழ்ந்து கொண்டிருந்தாலும், இப்போதைய சூழ்நிலையில் இரண்டுமே கொஞ்சம் கொஞ்சமாக தங்களது இருப்பிடங்கள் பெரும்

பெரும் இயந்திரங்களால் அழிக்கப்படுவதை பயத்துடனும் அதிர்ச்சியுடனும் பார்த்து நின்று கொண்டிருந்தன.
காலங்கள் தான் யாருக்கும் காத்திருப்பதில்லையே !
ஐந்து வருடங்களில் அந்த காடு மொத்தமாக அழிக்கப்பட்டு ஒவ்வொரு பகுதியிலும் மனித கூட்டங்கள் பெரும் பெரும் மாளிகைகளாய் கட்டியபடி வந்து வசிக்க ஆரம்பித்தன.
உலகிலேயே மிக மிக நேர்த்தியாக கட்டி முடிக்கப்பட்ட நகரம் இது என அரசு அறிவித்து உலக நாடுகளில் இருந்த பிரபலமானவர்களை இந்த நகரத்துக்கு கூட்டி வந்து ஆடல் பாடல், மற்றும் எல்லாவித சந்தோஷங்களையும் அளித்து அவர்களை அனுப்பி வைத்து சந்தோசப்பட்டுக் கொண்டது அரசு.
அவர்களும் இந்த அரசு எதிர்பார்த்தது போலவே உலக நாடுகளுக்கெல்லாம் சென்று இந்தியாவிலேயே அந்த நகரம் உலகின் “நம்பர் ஒண்ணாக” இருக்கிறது என்று பறைசாற்றி கொண்டிருந்தார்கள்.
இந்த நகரம் இன்றும் இருக்கிறது, புகழோடு இருக்கிறது,
ஆனால் அந்த காட்டுக்குள் வசித்த செடி கொடி, மரம், புழு,பூச்சி, பூண்டு, விலங்கு, பறவைகள் இவைகளின் ஆன்மாக்கள் மட்டும் இன்றும் கூட வந்து தங்களது இருப்பிடத்தை ஏக்கத்துடன் பார்த்து சென்று கொண்டிருப்பதை யார் அறிய முடியும்.
இவைகளுக்காக இன்றும் மனதார அழுது கொண்டிருப்பது மடி நிறைய மழையை சொறிந்து போன மேக கூட்டங்கள் மட்டுமே. ஆனால் அவைகளுக்கு வாய் இல்லையே, இருந்தாலும் ஒரு சில நேரங்களில் கோபம் தாங்காமல் பொழிந்தும்,

சில நேரங்களில் பெய்யாமலும், உலகத்தின் புகழ் வாய்ந்த நகரம் என்று இவர்களால் பெருமை பேசும் இந்த நகரை பழி வாங்கி கொண்டுதான் இருக்கின்றன. அவைகளால் மேற்கொண்டு என்ன செய்ய முடியும்?
இல்லை இவைகளுக்காக எப்பொழுதுதான் கவலைப்பட்டிருக்கிறது இந்த நாகரிக மோகம் பிடித்து அலையும் உலகம்.
தாங்கள் மட்டுமே வசிக்க தகுந்தவர்கள் இந்த உலகத்தில் ! இந்த மனப்போக்கு எல்லா மனிதர்களிடமும் இருக்கிறது. ஏன் நம்முடைய மனதில் கூட இருந்து கொண்டுதான் இருக்கிறது.

தாமோதரன்.ஸ்ரீ
பி.எல்.எஸ்.நகர்,
சின்னியம்பாளையம்
கோயமுத்தூர்-62
9486822851

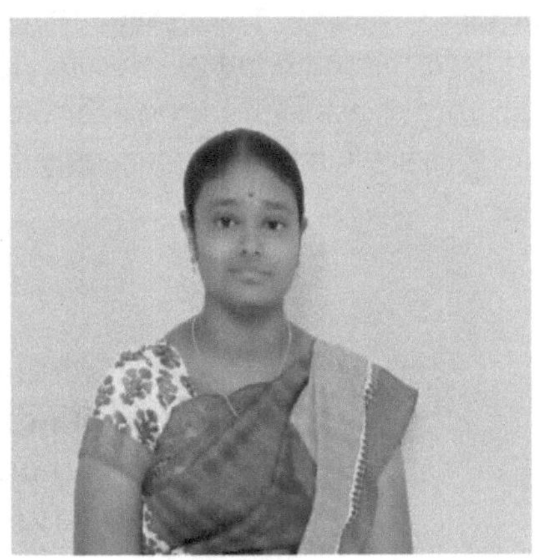

இவள் பெயர் மு.ஹர்ஷினி.நாமக்கல் மாவட்டத்தில் வசிப்பவள்.இரண்டு முறை எழுத்தாளர் பட்டம் பெற்றுள்ளார்.கவிதை எழுதுவதில் வல்லமைப் பெற்றவள்.

மரமும் நானும்

கண்கள் கலங்க யாரும் இல்லாமல் தனிமையில் தவிக்க மரத்தின் கீழே அமர்ந்திருந்தால் திவ்யா.

திடீரென ஒரு காற்று வேகமாக வீசியது.அவள் கண்ணீர்கள் காற்றில் கரைந்தன.அவள் சிந்தித்துக் கொண்டிருக்கும் திடீரென ஒரு குரல் எழுப்பியது.

"என் அன்பு தோழியே" ஏன் கண் கலங்கி கொண்டு இருக்கிறாய் உனக்கு என்னாயிற்று?

நீ எங்கே இருந்து வந்துள்ளாய் ஏன் தனியாக அமர்ந்து இருக்கிறாய்?.உன் வீடு எங்கே உள்ளது?

என் வீடு அருகில் தான் உள்ளது மரமே. என் மனம் பல கவலைகளை மேற்கொண்டது செய்வதறியாமல் காற்று வாங்க வந்தேன்.கவலைப்படாத தோழியே நான் இருக்கிறேன் உனக்கு என்ன கவலை இருந்தாலும் என்னிடம் சொல் என்று கூறி திவ்யாவின் தலையை நீவியது மரம்.

மரத்தோழனே பலரிடம் என் கவலைகளை கூறினாலும் என் மனம் அமைதி அடையாமல் தவித்தது.ஆனால் நீ என்னிடம் பேசும் போது நான் மிகவும் இன்பமடைகிறேன்.

நான் உன் அருகில் அமர்ந்துக் கொண்டு பச்சை நிறமாய் திகழும் புற்களைக் கண்டு என் மனம் நெகிழ்கிறது.

நான் என்றோ ஊற்றிய தண்ணீர் இன்று என் மன மகிழ்ச்சிக்கு வேராய் திகழ்கிறது.
நான் செய்த நன்மை இன்று என்னை வாழ வைக்கிறது என்று கூறினால் திவ்யா.

மரத்தோழன்! நாங்கள் எப்போதும் நன்மை தான் செய்கிறோம் தோழியே இருப்பினும் எங்கள் அருமை அறியாமல் அனைவரும் எங்களுக்கு தண்ணீர் ஊற்றுவதில்லை எங்களை அவர்களின் தேவைகளுக்கு பயன்படுத்திக் கொள்கிறார்கள்.

நாங்கள் என்ன செய்வது தோழியே?
என் அன்பு தோழனே நீ தான் என் அன்பின் உறவு. நீ மிகவும் அன்பானவன்.என் மனம் அறியும் நண்பன் என்று உரையாடிவிட்டு மனமகிழ்ச்சியோடு சென்றால் திவ்யா.

ஆயிரம் தீங்குகள் நாம் செய்தாலும்
நன்மை செய்வதே இயற்கையின் குணம்

மு.ஹர்ஷினி

கவிச்செம்மல்.ஆ.நித்ய கல்யாணி
என்னை இவ்வுலகிற்கு சான்றோனாக அளித்த என் பெற்றோர்க்கு முதல் நன்றிகள்.
கவிஞர் இளம் பேச்சாளர் பட்டிமன்ற பேச்சாளர் மற்றும் பட்டிமன்ற நடுவர்.
கவிச்செம்மல், உரைச்சுடர், கலைச்சுடர் ,புத்தாக்கக்கவி விருது சாவித்திரி பாய் பூலே விருது கற்பக விருட்சகம் விருது போன்ற பல விருதுகளின் சொந்தக்காரர்.
நிறுவனர் & தலைவர் வாசிப்பை சுவாசிப்போம் பேரவை மதுரை

மனிதன் பெற்ற வரம் இயற்கை

ஏட்டி பேச்சி....

சொல்லு கனகா அக்கா....

நம்ம காமாட்சி மகன் மருமகளோட ஊருக்கு வந்துட்டாளாமே..

ஆமாக்கா நம்ம காமாட்சி அக்கா மருமக பிரசவத்திற்காக சென்னைக்கு போனாங்க. நல்லபடியா ஆண் பிள்ளை பிறந்திருக்காம்.

அடி இந்த செய்தி எனக்கு தெரியலே..

ஆமாக்கா யாருக்கும் காமாட்சி அக்கா சொல்லல... சென்னையில இருந்ததால சொல்ல முடியல போல..

சரி சரி விடு தெரிஞ்சா போய் பார்க்க போறோம் அவ்வளவு தான்..
அப்புறம் உனக்கு மட்டும் எப்படி சேதி தெரிஞ்சது?

நேத்து வயல் வேலையா மேற்கு தெரு பக்கம் போறப்ப காமாட்சி அக்கா தான் சொன்னாங்க.. எல்லார்டயும் சொல்ல சொன்னாங்க.

சரிதா அவ வந்து சொல்ல மாட்டாளோ...

இல்லக்கா அவுகளுக்கு வேல சரியா இருக்கு என்ட பேசிட்டு இருக்கையிலயே பிள்ளை அழுதிடுச்சு...

ஓடிட்டாங்க...

ஆமாஆமா ஒத்தையா கெடந்து பாடுபடுறா போல...
சரி சொல்றாலோ இல்லையோ நம்ம போய்
பாத்துட்டு வந்துடுவோம்..

சரிக்கா சோறு வெந்துகிட்டு இருக்கு வடிச்சிட்டு
போவோம் அக்கா...

காமாட்சி வீட்டில்

ஏய் பேச்சி,கனகா வாங்க வாங்க...
இங்க பாருங்க என் பேரன.....

குழந்தையை பார்த்த பின் வழக்கமான நல
விசாரிப்புகள் முடிந்தது.
அப்போது மாடியில் இருந்து காமாட்சியின் மகன்
வந்தான்.

வாப்பா காளி எப்படி இருக்க எங்களை எல்லாம்
ஞாபகம் இருக்கா..

கனகா அத்தை உங்கள போய் மறப்பனா இல்ல
பேச்சி அத்தைய தான் மறப்பனா...
பொழைக்க தான சென்னைக்கு போனே பின்ன
உறவை மறக்கவா போனேன்...

காளி ஆளு மாறிப் போயிருந்தாலும் உன் குணம்
மாறல சாமி என்று மகிழ்ச்சியில் திளைத்தாள்
பேச்சி..

கனகா பேச்சை தொடர்ந்தாள்.

ஏங்காளி ஏன் பட்டணத்தை விட்டுப்புட்டு
பச்சப்புள்ளய தூக்கிக்கிட்டு இந்த பட்டிக்காட்டுக்கு
வந்துட்ட.....

அத்தை பட்டணம் எல்லாம் பணம் சம்பாதிக்க
மட்டும் தான்.
பாசம் ,இயற்கை இதெல்லாம் நம்ம ஊர்ல தான்
கிடைக்கும் அத்தை..
ஆனா இன்னிக்கு யாரு கண்ணுக்கும் பட்டிக்காட்டு
பாசம் புரியாது காளி என்றாள் கனகா.

அப்படியில்லை அத்தை
பணம் ஒரு போதை
அதுக்கு பின்னாடி பாசம் மறைந்து விடும்...

ஏய்யா பசித்தால் பணத்தையா சாப்பிட முடியும்
என்று கேட்டாள் பேச்சி...

சிரித்தான் காளி...

சரிப்பா நாங்க கிளம்பறோம்...
இன்னொரு நாள் வர்றோம்..
நீ கொஞ்ச நாள் நம்ம ஊர்ல இருப்பேல..

அத்தை இந்த கொரோனா காலகட்டத்தில வீட்டில
இருந்து தான் இப்போ வேலை பார்த்து கொண்டு
இருக்கிறேன்.
நேர்ல கூப்பிட்டா
நான் கிளம்பி விடுவேன் .
ஆனால் என் மகனும் மனைவியும் இங்கதான்
இருப்பாங்க..

என்னய்யா சொல்ற....

ஆமாங்கத்த பட்டணத்துல நோயும் மாசும் கூடிப் போச்சு.
நான் அனுபவித்த இயற்கை வரம் என் பிள்ளைக்கும் கிடைக்கட்டும்.
இயற்கையில்லாத நரகத்த என் பிள்ளை பிறந்ததும் பார்க்க வேண்டாம்.
அதான் இங்க கூட்டிட்டு வந்துருக்கேன்...

படிப்புக்கு எல்லாம் இங்க பெருசா ஒண்ணும் இல்லையே சாமி...

ஆமா அத்தை படிப்புக்கு சென்னை தான் போகணும்
.
அது வரைக்கும் இங்கு இயற்கையோடு வாழட்டும்
சென்னையில் இடம் வாங்கி போட்டு இருக்கேன் அத்தை .
அதில் சுற்றி மரங்கள் அதற்குள் வீடு கட்டி இருக்கேன்.
மரம் வளருவதற்கும் இவன் பட்டணம் வருவதற்கும் சரியாக இருக்கும்.

இருவருக்கும் என்ன சொல்வது என்று தெரியாமல் மகிழ்ச்சி பொங்க கிளம்பினர் வீட்டிற்கு.

வழியில் ....

ஏட்டி பேச்சி காளிய பத்தி என்ன நினைக்கிற

அக்கா
இயற்கை மனிதன் வாழ இறைவன் கொடுத்த வரம்

ஆனா மனிதன் இயற்கையை ஆள பிறந்தோமென அழித்து மகிழ்ந்தான்.
விளைவு இன்று மூச்சு காற்றையும் விலை கொடுத்து வாங்குகிறான்.
சற்று நிறுத்தி மீண்டும் தொடர்ந்தாள் பேச்சி
ஆனால் இயற்கை ஒரு வரம் என்று மிகச் சரியாக காளி புரிந்து வைத்திருக்கிறான் என்று முடித்தாள் பேச்சி.

கதை எழுதியவர்
கவிச்செம்மல்.ஆ.நித்ய கல்யாணி மதுரை

ரூபிணி சோமசுந்தரம்
கோவையைச் சேர்ந்த இவர் ரூபிணி சோமசுந்தரம்.இதுவரை இவரது படைப்புகள் 13 கவிதை தொகுப்புகளில் வெளியாகியுள்ளது.இவரொரு சிறந்த தமிழ் வாசகி.

வனவலம்

அதோ இரு மரங்கள் உரசி கொள்கின்றன , ஆம் பற்றிக்கொள்ள பார்க்கின்றன, இதோ! என்னைச் சுற்றி வளைக்கப் பார்க்கிறது தீ.
அது ஒரு இனிமையான அதிகாலை நேரம் , வனத்துக்குள் நுழைந்த முதல் நாள். எங்கும் பச்சை என்னை வரவேற்று சிரித்துக் கொண்டிருப்பதை ரசித்தபடியே இதனுட்புகுந்தேன்.

மரமொன்று அசைந்து “என்னை கடந்து போகிறாய் கவனிக்காமல் , நாந்தான் மலைவேம்பு” என உணர்த்தியது. தாழைமடல் மணம் பரப்பி வரவேற்று “என்னை சூடிக்கொள்” என்றது.

சற்று நடந்து சென்றதும் ‘அடர்வனம்’ என்னை வரவேற்று மடித்தந்து.

மங்கிய வெயிலொளி, மாலைத்தோற்றம் இந்த மலை மாளிகையில்; ரசித்தபடியே ஒரு மரத்தினடியில் அமர்ந்துகொண்டேன்.

“ஃவ்ர் வ்ர் வ்ர்” செந்நாய் ஒன்று கொட்டகை அடித்து தங்கென அறிவுறுத்தி சென்றது.“க்கீ க்கீ க்கீ” இந்த வனத்தில் என் அலாரங்கள் கிளிக் கூட்டங்கள்.

என்னே அழகு! வனத்துக்குள் நிம்மதியாக கழித்த நான்கு நாட்களை அமர்ந்து அசை போட்டுக் கொண்டிருந்த நேரமது..,

என்னைச் சுற்றி வளைக்கப் பார்க்கிறது தீ!

எனக்கு வழிகாட்டிய “குக்கூ க்கூ க்கூ” சத்தம் நினைவுக்கு வருகிறது. எனக்கு அலறமை இருந்த

"க்கீ க்கீ க்கீ" கானம் நினைவுக்கு வருகிறது. மேலும் புகைப்படங்களுக்கு போக்கு காண்பித்த விலங்குகள் நினைவுக்கு வருகின்றன, வழியெங்கும் சிரித்த பூக்கள் நினைவு வருகிறது.

புதரிலிருந்து "இதோ இங்கே இதோ நான்" என கண்ணாமூச்சி ஆடிய புலியின் நினைவு வருகிறது "இதோ நாங்கள் இதோ ஓடுகிறோம்" என்ற மான் கூட்டம் நினைவுக்கு வருகிறது.

குட்டிகளோடு ஜோடியாய் விளையாடிக்கொண்டிருந்த சிங்கக் குடும்பம் நினைவில் வருகிறது; இதோ இதோ என பெண் சிங்கத்திடம் இருந்து தப்பியோடிய கங்காரு நினைவில் வருகிறது.

மரத்துக்கு மரம் தாவும் குரங்கு குடும்பங்கள்; கொடிகளில் கொடியாய் சுற்றி இருந்த பாம்பு வகைகள்; சருகின் சருகாய் கிடந்த ஊர்வனங்கள்; குச்சிப் பூச்சிகள், இலை பூச்சிகள் எனப் பலப்பல நினைவுகள்.

"க்ரீச் க்ரீச் க்ரீச்" தீக்காயங்களுடன் என்னருகே வந்த அணிலின் கதறல் இது,முக்கால்வாசி வெந்த நிலையில் குட்டியை சுமந்து வந்தது கங்காரு.

நிகழ்காலம் வந்தவளாய் காட்டை ஏறிட்டேன் கைமீறி இருந்தது அனைத்து யுக்திகளும்.

இப்போது என்னைக் கண்டு மகிழும் அன்னையை நினைக்கிறேன்; எப்போதும் பாதுகாக்கும் தந்தையை தேடுகிறேன்;தோள் கொடுக்கும் தோழனுக்கு சிரம் ஏங்குகிறது; இதுவரை சேகரித்த

புகைப்படங்களை பார்க்க வேண்டும்
போலிருக்கிறது.

எனது காமிரா கண்முன்னே கருகுகிறது , எனக்கு வழிகாட்டிய குயிலின் நினைவு வருகிறது; என் கொட்டகை எரிந்து கொண்டிருக்கிறது , ஏனோ செந்நாய் நினைவு வருகிறது.

இதோ என் முடிவு என்னருகில் நிலவேம்பின் இலைகளும் , சூடிவந்திருந்த தாழையும் கருகி இருந்தது.திடுக்கிட்டு விழித்தெழுந்தேன் திக்கித் திணறி அம்மாவிடம் கூறினேன் “கெட்ட கனவு” என்று.

பின்னிரவில் உறங்காத என் விழிகளில் வழிந்த கண்ணீர் துளிகள், ஏனோ என் இதயத்தை சுட்டது!!

ரூபிணி சோமசுந்தரம்

ரஞ்சனி பழனிசாமி

இவர் பெயர் ரஞ்சனி பழனிசாமி. தமிழ் வழியில் கல்வி பயின்றதை பெருமையாக எண்ணுபவர். சூழ்நிலைகளை கவிதை வடிவில் உணர வைக்க முயற்சிப்பவர்....

பசுமை குடில்

மலைக் குன்றுகள் சூழ்ந்த கிராமம்.
மலைச்சாரல்கள் எந்த நேரம் வந்து செல்லுமோ! தெரியாது? இதமான குளிர் தொடர்ந்து வீசும். தென்னங்கீற்றும் பனை ஓலைகளும் கூரையாக வேய்ந்து பசுமை போர்த்திய அழகான குடில். ஏரெடுத்து உழவு செய்யும் கணவன். வயலில் நெற்கதிரின் இடையே ஊடுருவிய களைகளை அகற்றும் மனைவி. மிதிவண்டியில் பள்ளி செல்ல ஆயத்தமாகும் இரு பிள்ளைகள். "உழுதுண்டு வாழும் குடும்பம்; மிதியுந்து பயணமாகும் வாகனம்". இயற்கையும் மனிதனும் சேர்ந்து உருவான "பசுமை குடில்".
மனித உயிர் எவ்வளவு மேம்பட்டதோ! அதே அளவு பசுமைகுடிலில் விலங்கினமும் பறவைகளும் தாவரங்களும் மேம்பட்டது. மழை பொய்த்து பசுந்தாவரங்கள் வாடும் நிலை வந்தால் உயிர் கொண்ட யாவருக்கும் பட்டினி நிலை உருவாகும். வாயில்லா ஜீவன்கள் கூட பட்டினியை கண்டிடும். மழை ஒருமுறை பொய்த்தாலும் மறுமுறை உழவுக்கு கை கொடுத்திடும். உழவுக்கு மிஞ்சிய மழைநீர் வயலில் இருந்து கிணற்றுக்குள் இயல்பாக சேமிக்கப்படுகிறது. பருவ காலங்கள் மீது மட்டுமே நம்பிக்கை வைத்து பசுமை குடிலில் உயிர்கள் வாழ்ந்து கொண்டிருக்கிறது. விவசாயிகளை மட்டும் கொண்டு பசியற்ற உலகம் இயங்குகிறது.

ஆடுகளும் மாடுகளும் தாவரங்களும் பறவைகளும் மனிதர்களும் என ஒவ்வொரு இனமும் ஒன்றிணைந்தே விவசாயம் காக்கப்படுகிறது. கருவேப்பிலை முதல் கத்தரிக்காய் வரை

அனைத்தும் இயற்கை சாண உரமிட்ட தோட்டத்திலே பயிரிடுகிறார்கள். தனக்கு தேவை போக அருகில் இருப்பவர்களுக்கும் பசுமைக்குடில் சார்பாக பகிர்ந்து கொள்கிறார்கள். நோயற்ற வாழ்வை வாழ இயற்கையை சார்ந்திருப்பது மிக அவசியமாகிறது. வியர்வைகள் வரும் அளவிற்கு வயலில் உழைத்து ஆரோக்கியமான இயற்கை உணவுகளை உண்ணுபவர்கள் மிகவும் ஆரோக்கியமானவர்கள். வியர்வை என்பது உழைப்பின் விருதாகும். அது நமது உடலின் நச்சை வெளியேற்றுகிறது. இயற்கை உடலை பாதுகாக்கிறது.

இயற்கையை சார்ந்தே வாழும் வாழ்க்கை என்றும் நீதியற்று போய்விடாது. மனித குலமும் இயற்கையும் நெருங்கிய தொடர்பு கொண்டவை.
ஒன்றோடொன்று விலகி நெடுங்காலம் வாழ இயலாது.
பசுமை குடில் போல நாமும் இயற்கையோடு ஒன்றி வாழ்வோம்!

ரஞ்சனி பழனிசாமி

நெ.செளபர்ணிகா

கவிதை, கதைகளின் சிநேகிதி. கதைகளை வாசித்து, சுவாசித்து, உருவாக்கி மகிழ்பவள்

கார்ப்பரேட் அரிசி

“டக்டக் ட்ரிங்.......டக்டக் ட்ரிங்” என்ற போனின் சத்தம், பரபரப்பான அந்த காலைப் பொழுதை இன்னும் பதட்டம் படுத்தியது. நீண்ட தூரம் பயணம் செய்து, அழுத்தமான கண்ணாடி ஜன்னலையும் மீறி அந்த அறைக்குள் பிரவேசித்த சூரிய கதிர்களை, துளிக்கூட வரவேற்காமல், முகத்தில் அடித்தாற் போல் தடிமனான திரைபோட்டு தடுத்துவிட்டு, பின்பு வெளிச்சத்திற்காக எல்.இ.டி டியூப் லைட் ஏறிய விடப்பட்டிருந்தது. கலைந்து கிடக்கும் அறை, சிதறி இருக்கும் பொருட்கள், அவற்றின் மத்தியில் தொடங்கியது அந்த போனுக்கான தேடல்.
“ டேய்! நீ இன்னும் கௌம்பலா?” என நாற்பது வயது மதிக்கத்தக்க நபருடைய குரல் கேள்வி எழுப்பியது.
“அதுக்கு தான் அப்பா, என்னோட போன் தேடிகிட்டு இருக்கேன்.” என்று இருபது வயது இளம் குரல் பதில் அளித்தது, தேடலின் இடையில். “ எடுத்த பொருளை எடுத்த இடத்தில் வச்சா தானே? உன் வாழ்க்கை ஃபுல்லா எல்லாத்தையும் தேடிக்கிட்டே தான் இருக்கப் போற!” என்று சலிக்காமல் புலம்பி விட்டு நகர்ந்தார். அந்த ஃபோன் சிணுங்க ஆரம்பித்து இருபது எழு நொடிகளில் ஆகிவிட்டன. அந்த சத்தம் அடங்கும் கடைசி நொடியில், அது கண்டுபிடிக்கப்பட்டது, அதனின் பச்சை பொத்தான் நீவி விடப்பட்டது . “ ஹாய்! ரோஹித்..” என்றது ஒரு துடிப்பான குரல். “ சொல்லு பிரக்யா “ பதில் வந்தது மறுமுனையில் இருந்து. “ இன்னைக்கு நம்ம செமஸ்டர் வெகேஷன் ஓட முதல் நாள். நம்ம க்ளாஸ் மேட்ஸ் எல்லாரும் கிளப்புக்கு போறாங்க.

நான் வந்து உன்ன பிக்கப் பண்ணிக்கிறேன். ரெடியாயிரு ஓகேவா?" என்று தான் ஃபோன் செய்வதற்கான காரணத்தை கூறினாள் பிரக்யா. பிரக்யாவும் ரோஹித்தும் ஒரே வகுப்பில் படிக்கும் நல்ல நண்பர்கள். அவர்கள் ஒருவருக்கொருவர் குழந்தைப் பருவத்தில் இருந்தே பரிச்சயமானவர்கள். அதற்கு ரோஹித், " ஓஹோ! கிளப் போறாங்களா? என்னால வர முடியாது பிரக்யா...." என்ற பதிலை சோகமாக இழுத்தான். " ஏன்? ஏன் உன்னால வர முடியாது?" என மிரட்டும் தோணியில் கேட்டாள் பிரக்யா. பெருமூச்சு விட்டு தொடங்கினான் ரோஹித், " எங்க தாத்தாவுக்கு மருதம் மியூசியம் போகணுமாம். அதுவும் நான்தான் கூட்டிட்டு போகணுமாம். அங்க தான் நான் போறேன் இன்னிக்கு." உடனே பிரக்யா, " அது என்ன மருதம் மியூசியம்? அப்படின்னு ஒன்னு இருக்கா? அப்படியே இருந்தாலும் அங்க எதுக்கு நீ போகணும்? உங்க தாத்தா தனியா போக மாட்டார்?" என்றாள் எரிச்சலுடன்.

" அது, அரிசி எப்படி உற்பத்தி செய்றாங்க என்பதை பற்றிய மியூசியம். அத நான் அவசியம் தெரிஞ்சுக்கனுமா." என்று தான் அங்கு போக மறுப்பு தெரிவித்த பொழுது தன்னுடைய தாத்தா கூறிய விளக்கத்தை அப்படியே ஒப்பித்தான் ரோஹித். " இதுல என்ன புதுசா இருக்கு? அரிசியை லேப்-ல (அறிவியல் கூடம்) தயாரிக்கிறாங்க. நமக்குத் தேவையான வரைட்டியை (வகையை) ப்ரீ- புக்கிங் செஞ்சிட்டா வீட்டில் கொண்டுவந்து கொடுத்துடுவாங்க. இதுக்கு எதுக்கு ஒரு மியூசியம் அதை வேற போய் பாக்கணும்?" என்றாள் பிரக்யா அறியாமையில். அதற்கு கொல்லென்று சிரித்துக்கொண்டே "ஹலோ மேடம், அது இந்த

காலத்தில் தான் இப்படி. பழைய காலத்திலெல்லாம், அரிசியை மண்ணிலிருந்து விளைச்சல் செய்வாங்களாம். நானும் உன்ன மாதிரியே பதில் சொல்லி எங்க தாத்தா கிட்ட பல்பு வாங்கினேன்." என்றான் ரோஹித். " எனது? சாப்பிடுற அரிசியை கீழ இருக்கிற மணலில் இருந்து வந்துச்சா?" என்றாள் பிரக்யா ஆச்சரியமாக. " சவுண்ட்ஸ் இன்ட்ரஸ்டிங்! அப்போ நானும் உங்க கூட வர்றேன். என்ன பிக்-அப் பண்ணிக்கோ." என்று ஃபோனின் அழைப்பை துண்டித்தாள். ரோஹித் தன் வீட்டிலிருந்து கிளம்பி, தன் தாத்தா தங்கியிருக்கும் இடத்திற்கு சென்று அவரை அழைத்துக்கொண்டு, இறுதியாக பிரக்யாவையும் ஏற்றிக்கொண்டான், தன்னுடைய வண்டியில். அதன்பின், அவன் வண்டியில் பொருத்தப்பட்டு இருந்த மென் செயலியில், போகவேண்டிய இடமாக, 'மருதம் மியூசியம்' என்று பதிவு செய்துவிட்டு, சுவாசிக்கும் ஆக்சிஜன் அளவை மூன்று நபர்கள் என்று மாற்றிக்கொண்டான். வண்டி தானாக புறப்பட்டது. வண்டி புறப்பட்டதும் ரோஹிதின் தாத்தா, தேவேந்திரன் "நாங்க எல்லாம் கார்ல போகும் போது, ஏசி போட்டா மட்டும்தான் ஜன்னலை மூடுவோம். இல்லனா திறந்து வைச்சிட்டு வழில வீசுற காத்துல முழ்கி கிட்டே போவோம். இப்ப என்னன்னா, காத்துல பொல்யூஷன், இயற்கை ஆக்சிஜன் இல்லை, காரில் எத்தனை பேர் இருக்கோமோ அதுக்கேத்த மாதிரி ஆக்சிஜன்." என்று வழக்கமாக தாதாக்கள் பேசுவது போல் கடந்த காலத்தை தூக்கியும் நிகழ்காலத்தை துப்பியும் பேசினார். " ஐயோ! ஆரம்பிச்சிட்டியா தாத்தா நீ" என்றான் ரோஹித் சலிப்புடன். அவர்களின் இந்த சுவாரஸ்யமற்ற பேச்சை மாற்றும் பொருட்டு

பிரக்யா, " தேவ் தாதா, ரோ சொன்னான் உங்க காலத்தில் அரிசி மணலில் இருந்து வந்துச்சாம். நிஜமாவே அப்படியா? அப்போ இருக்குற லேப் எல்லாம் இல்லையா?" என்றாள். அவளின் இந்த அறியாமையை எண்ணி சிரித்தார் தேவ் தாதா. " மணல் இருந்து இல்லமா மண்ணில் இருந்து. மணல் வேறு மண் வேறு." என்று அவளுக்கு வேறுபடுத்திக் விளக்கினார். அவர்கள் இவ்வாறாக உரையாடிக் கொண்டிருக்க, அவர்கள் வர நினைத்த மருதம் மியூசியம் வந்தது. ஒரு பெரிய கண்ணாடி மாளிகையாய் காட்சியளித்தது. அதன் தலைப்பகுதியில் பெரிய எழுத்துக்களால், " மருதம் மியூசியம்" என்று பொறிக்கப்பட்டிருந்தது. வாகனத்தை அதற்கான இடத்தில் நிறுத்திவிட்டு, அவருக்கான நுழைவுக் கட்டணத்தையும் செலுத்தி விட்டு ரோஹித் வந்தான். அப்பொழுது தேவேந்திரன், " சங்க காலத்தில தமிழர்கள் நிலத்தை ஐந்து வகையாகப் பிரித்திருந்தனர். அதில் விவசாயம் செய்ய தகுதியுள்ள நிலத்தை மருதம் என்று அழைத்தனர். இங்க, அந்த காலத்தில பாரம்பரியமான முறையில் எப்படி விவசாயம் செய்யப்பட்டது, அதன்பிறகு தொழில்நுட்பம் மற்றும் அறிவியல் வளர்ச்சியால் என்ன என்ன மாற்றங்கள் நிகழ்ந்தது என்பவை பற்றியெல்லாம் இந்த அருங்காட்சியகத்தில் காட்சிப் படுத்தப்படுகிறது. நீங்க இப்போ சாப்பிடுற கார்ப்பரேட் அரிசி, முன்னாடி நாங்க சாப்பிட்டு இருந்தது கண்ட்ரி அரிசி. அதை பத்தி நீங்க தெரிஞ்சிக்கனும் தான் உங்கள இங்க கூட்டிட்டு வந்திருக்கேன்." என்று சுருக்கமான ஒரு முன்னுரையை வழங்கினார். தேவ் தாத்தாவின் வசனங்கள் ரோஹித்தை பிரக்யாவையும் பெரிதாக

கவரவில்லை என்றாலும் ' அப்படி என்னதான் இருக்கு இதுல' என்று யோசிக்க செய்தது.

அந்த மருதம் மியூசியம் முழுவதும் தென்னை, மா, கொய்யா, போன்ற பல மரங்கள் உயரமாக வீற்றிருந்தனர். அந்த இடத்தின் தட்பவெப்ப சூழ்நிலைக்கு இயற்கையாக அவை வளராது என்றாலும், அவைகள் செயற்கையான முறையில் விதைத்து வளர்க்கப்பட்டு வருகின்றன பார்வையாளர்களுக்காக. ஒவ்வொரு மரமும் தன்னுடைய பெயரையும், இதர பல உயிரியல் விவரங்களையும் ஒரு பலகையில் சுமந்துக்கொண்டு நின்றிருந்தது. அவற்றைக் கடந்து செல்லும்பொழுது, திடீரென்று ஒரு மரத்தை காண்பித்து, " இந்த மரம் தான் இங்க இருக்கும் எல்லா மரத்தையும் விட விலை உயர்ந்தது. ஏன் தெரியுமா? இந்த மரத்தோட இலை, ஆன்டி-செப்டிக், ஆன்டிபயோடிக், டிசின்பெக்டன்ட், என அடுக்கிக் கொண்டே போகலாம்." இன்று தனக்கு தெரிந்தவை பற்றி பகிர்ந்து, பெருமிதம் அடைந்தான் ரோஹித். இவன் பெற்றிருந்த அறிவை எண்ணி பிரக்யா சற்று வியர்த்து தான் போனாள், இருப்பினும் வெளியில் காட்டிக் கொள்ளவில்லை. ஆனால் தேவேந்திரன், " போடா! இது எங்க தாத்தாவோட ஊறுல வீட்டுக்கு வீடு இருக்கும். இந்த அளவுக்கெல்லாம் இத சட்ட பண்ணவே மாட்டோம். அதுவா வளர்ந்து நிற்கும். இத போய் அதிசயமா பேசுற?" என்று அவன் கொண்ட பெருமிதத்தை உடைத்தார். தான் போட்ட சீன் வீண் போய் விட்டதை எண்ணி ரோஹித்துக்கு முகம் மாறிப் போனது. சுட்டி தனமாக பிரக்யா, "தேவ் தாத்தா, ஒரு மரம் எப்படி அதுவாவே வளரும்? அதற்கு நம்ம பாலிநேஷன், ஜர்மினேஷன் எல்லாம் பண்ணாம?"

என்றாள். " அப்ப இதெல்லாம் பண்ண காக்கா குருவிகள் இருந்துச்சு. அதனால அதை செய்வதற்கு நாம் தேவைப்படவில்லை. ஆனால் இப்போ காக்கா குருவி எல்லாம் இல்லை. ஆதலால் நாம் தான் அதனை செய்ய வேண்டிய சூழ்நிலை." என்று அவளையும் மடக்கி விட்டார் தேவ் தாத்தா. இவ்வாறு பேசிக்கொண்டே அருங்காட்சியகத்துக்குள் நுழைந்தனர். அவர்கள் நுழைந்ததும், அந்த காட்சியகத்தை பற்றிய விவரங்களை சொல்லவும், அங்கு வைக்கப்பட்டிருக்கும் பொருட்களை விளக்கவும் சில நபர்கள், ' கைட்' என அழைக்கப்படுவர்கள், இவர்களிடத்தில் தங்களுடைய சேவையை ஏற்றுக் கொள்ளுமாறு கேட்டனர். அதற்கு தேவேந்திரன் சிரித்துக்கொண்டே, " ஏம்பா விவசாயத்தைப் பத்தி நீ எனக்கு சொல்லி கொடுக்கக போறியா?" என்று சற்று கர்வமாகவும், திமிராகவும் கேட்டார். ஆனால் பாவம், அந்த நபர்களுக்கு தமிழ் தெரியாது!

முதலில் அவர்கள் பார்த்தது ஒரு பெரிய சதுரமான தட்டில் பரப்பி வைக்கப்பட்டு இருந்த மண். "இந்த அடர் நிறம் மண்ணிலிருந்து தான் அரிசி, பருப்புகள், காய்கள், பழங்கள் என நாம் உண்ணும் அனைத்து பொருட்களும் விளைவிக்கப்படும்." என்று மண்ணின் புகழ் பாடினார் தேவேந்திரன். " இதுல இருந்தா? ஆனால் ஒருவேளை அரிசி கீழே விழுந்திடுச்சுனா மண்ணு பட்டு விடுமே? அப்போ அழுக்காகி விடுமே? எப்படி சாப்பிடுவது, தேவ் தாத்தா?" என்று சந்தேகத்துடன் கேட்டாள். பிரக்யா இப்படி ஒரு கேள்வி கேட்டதும் தேவேந்திரனுக்கு வியப்பாக இருந்தது. அவர் தன்னுடைய இரு புருவங்களையும்

உயர்த்திக்கொண்டு, " விவசாயத்துக்கு மூலாதாரமே மண்ணுதான் மா. மண்ணுல தான் அந்த பயிர்கள் வளர்வதற்கான சக்தியே இருக்கு. அது அழுக்கு இல்லை, அதுவும் ஒரு வகையான சத்து." என்றார். இந்த பதிலைக் கேட்ட ரோஹித்தும் பிரக்யாவும் ஆச்சரியமாகப் பார்த்தார்கள். பிறகு விவசாயத்திற்கு பேரிதும் உதவும் ஏர்கள், மாடுகள், பின்பு அறிவியல் வளர்ச்சியால் வந்த டிராக்டர்கள், ஆகியவையின் மாதிரி வைக்கப்பட்டு இருந்தது. " விவசாயத்திற்கு மண்ணு எவ்வளவு முக்கியமோ, அதே அளவுக்கு இவைகள் முக்கியம். ஏனென்றால், முந்தய விளைச்சலின் காரணமாக அந்த மண் இழந்த சத்துக்களை மீண்டும் பெற, மேலும் அந்த மண்ணை உகந்ததாக மாற்ற உதவுவது இவைகள்தான். மண்ணை நன்றாக கிளறிவிட்டு அவற்றின் மீது சூரிய ஒளிகள் தாராளமாக பட்டு, அதனுள் வாழும் புழுக்களும் உணவை தேட உறுதுணையாக இருக்கிறது. ஒரு காலத்தில் இந்த ஏரில் காளை மாடுகளை கட்டி மண்ணை நெருடி விடுவார்கள். பின்பு அறிவியல் வளர்ச்சி வந்த பிறகு மோட்டார் பொருத்தப்பட்ட இந்த டிராக்டர்கள் மூலம் மண் கிளறி விடப்பட்டு, விவசாயம் செய்யும் பதத்திற்கு வரும். பிறகு இயற்கையான உரங்கள் சேர்க்கப்படும்" என்று விளக்கினார் தேவேந்திரன். அடுத்து அங்கு பதப்படுத்தப்பட்ட நெற்கதிர்கள் வைக்கப்பட்டிருந்தன. " இதோ இந்த நெல் கதிர்களை கையால் மண்மீது தூங்கிவிடுவார்கள். ஒவ்வொன்றாக விதைக்க மாட்டார்கள். அவற்றுள் அதிர்ஷ்டமான நெற்கதிர்கள் பயிராக மாறும். பயிர்கள் நன்றாக வளர்ந்து நெற்கதிர்களை சுமக்க பல மாதங்கள் பிடிக்கும். அதற்கு இடையில், விதைக்கப்பட்டவை நாற்றுகளாக மாறியதும்,

அவற்றை அந்த இடத்தில் இருந்து எடுத்து வேறு ஒரு இடத்தில் நட்டு வைக்கவேண்டும். இதற்கு நாற்று நடுவது என்று பெயர். அதற்குப்பின் நன்றாக வளர்ந்து, அறுவடைக்கு காத்துக்கொண்டிருக்கும் நெற்கதிர்களை ஆடு மாடுகள் மேய்ந்து விடாமல், பூச்சிகள் அரித்து விடாமல் பத்திரமாக பார்த்துக் கொள்ள வேண்டும். அதனால் தான் அறுவடைக்கு முன்பு வயலைச் சுற்றி வேலி கட்டி வைப்பார்கள். சிலர் ஆட்களை காவலுக்கு வைப்பார்கள். ஆனால் சிறு பூச்சிகளை, பறவைகள்தான் பார்த்துக்கொள்ளும். பயிர்களைத் தின்னும் பூச்சிகளை பறவைகள் தின்னும். ஆகையால் பறவைகளும் விவசாயத்திற்கு பெரும் பங்கு வகிக்கின்றனர்." அறுவடையை பற்றியும் விரிவாக விளக்கினார் தேவேந்திரன். அவர் முடித்தவுடன் ரோஹித், " தாத்தா, இது நாங்க சாப்பிட்டுற பச்சரிசி ஓட விதையா? இல்ல நீ சாப்பிட்டற புழுங்கலரிசி ஓட விதையா?" என்றான் மிகுந்த ஆர்வத்துடன். அரிசி சாப்பிட்டு வளர்ந்த அந்த இருபது வயதுப் பையனிடம் இருந்து வந்த இந்தக் கேள்வி அவரை சிரிப்பில் ஆற்றியது. அவரால் சிரிப்பை அடக்க முடியவில்லை, வாய்விட்டு சிரித்துக்கொண்டிருந்தார். உடனே ரோஹித், " தாத்தா, ஏன் இப்படி சிரிக்கிற? எல்லாரும் பாக்குறாங்க!" என்று பல்லை கடித்துக்கொண்டு கண்டித்தான். இதனைக் கேட்டு தேவேந்திரன் சிரிப்பை உடனே நிறுத்தி விட்டார். தன் கைகளால் தன்னுடைய பேரனை அரவணைத்து, "பயிறுல பச்சரிசி புழுங்கலரிசி என வித்தியாசம் இல்லை ரோஹித். எல்லாமே ஒரே பயிறு தான், ஒரே நெல் தான். பயிர் நன்றாக விளைந்து நெற்கதிர்கள் ஆனவுடனே, அப்படியே உமி எடுத்தால் பச்சரிசி.

இதே அந்த நெல்லை, ஆவி கட்டி, வெகவைத்து எடுத்தால் புழுங்கலரிசி. அதனால புழுங்கலரிசியில் மாவு தன்மை மிகக் குறைவு.” என்று அவனுக்கு தெளிவுபடுத்தினார். “ மரம் இல்லனா செடி-னா ஒரு சின்ன பக்கெட்டில் தண்ணி பிடிச்சி ஊத்தணும், ஆனா இவ்ளோ மெலிசா வளருர நெற்கதிர்களுக்கு எப்படி தண்ணி ஊத்துவது? எவ்வளவு தண்ணி ஊத்தணும்?” என்று ஆர்வமாக கேட்டாள் பிரக்யா. “ நீ இங்கே இந்த சின்ன பெட்டிக்குள்ள பாக்குற அளவுக்கு விவசாயம் பண்ண மாட்டாங்க. அது உங்க அரிசியை உற்பத்தி பண்ற லேப்பை விட பத்து மடங்கு பெரிதான இடத்துல ஊரே சேர்ந்து குடும்பம் குடும்பமாக பண்ணுவாங்க. அப்படி இருக்கும் பொழுது ஒவ்வொரு நெற்கதிர்களுக்காய், தோட்டத்தில் வச்சிருக்க பூச்செடிகளுக்கு ஊத்திர மாதிரி யாரும் விவசாயத்தில் நீர் பாய்ச்ச மாட்டாங்க. மழை பெய்தால்தான் விவசாயம் நடக்கும். ஆனா மனுஷங்க அவங்களோட பேராசையினால் இந்த இயற்கையோட சமநிலையை கெடுத்து விட்டார்கள். அதனால் மழை பெய்ய தவறிவிட்டது. இதுவே விவசாயத்தின் அழிவுக்கான அடிக்கல். இயற்கையா ஓடுற நதிகளில் ஆளுமை திணிக்கப்பட்டது. அதனால் ஒரு மாநிலத்திலிருந்து இன்னொரு மாநிலத்துக்கு தண்ணி கொடுக்க முடியாது என்று தடுத்தார்கள். அப்புறம் பூமியை பல ஆயிரம் அடி துளை போட்டு, சேமிப்பாக இருக்க வேண்டிய தண்ணீரை உறிஞ்சி எடுக்கும் அவலம் ஏற்பட்டது. இதையெல்லாம் செஞ்சுதான் விவசாயத்தை உயிர் பிழைக்க வைக்க முடிந்தது. ஆனால் அப்போது எவருக்கும் தெரியாது இது ஒரு தற்காலிகமான வழிமுறை என்று. இதனைப்பற்றி பெரிதாகப்பேசப்பட்டது. அறிவியல்

வளர்ச்சியினால் வித்தியாசமான நீர் பாய்ச்சும் முறைகள் கண்டுபிடிக்கப்பட்டு நடைமுறையில் பின்பற்றப்பட்டும் வந்தது. கட்டிடங்கள் கட்டுவதற்காக, விவசாய நிலங்கள் கூறுப்போட்டு விற்கப்பட்டனர். சரியான தண்ணீர் வசதி இல்லாததாலும், காலம் தாண்டி மழை பெய்து கொண்டிருந்ததாலும் பெரும் சேதங்கள் வரத்தொடங்கியது. அதனால் வாங்கின கடனை அடைக்க முடியாமல் பல்லாயிரக்கணக்கான விவசாயிகள் தவித்தனர். எவ்வளவு முயன்றும் அவர்களுக்கு தகுந்த தீர்வு எட்டப்படவில்லை. விவசாயிகள் தற்கொலை செய்வதும், பலர் விவசாயத்தை விடுத்து பழக்கமில்லாத வேறு தொழில்களுக்கு புலம்பெயருவதும் வாடிக்கையாகிவிட்டது. முதலில் தண்ணீர் இல்லை, பிறகு நிலம் இல்லை, மொத்தமாக விவசாயம் இல்லை. இப்படித்தான் விவசாயம் இந்த மியூசியத்துக்கு வந்தடைந்தது." என்று ஒரு விவசாயின் தோளிலிருந்து, அந்த மண் வாசனை மாறாமல், விவசாயத்தில் இருக்கும் நெலிவுகளையும் நிகழ்ச்சிகளையும், அவற்றை துளியும் அறியாத இளம் தலைமுறையினருக்கு காட்சிப்படுத்தினார். இதனை முடிக்கும் பொழுது தேவேந்திரனின் மனம் சற்று கனமாக இருந்தது. ரோஹித்தும் பிரக்யாவும் மறைத்து வைக்கப்பட்டிருந்த ஓர் புதையலை கண்டுபிடித்தது போல் பூரிப்பு அடைந்தனர். தேவேந்திரனின் கவலை தோய்ந்த முகத்தை பார்த்து, அவரை மீண்டும் நினைவுக்குக் கொண்டுவர பிரக்யா, " விடுங்க தேவ் தாத்தா! நீங்களே சொல்றீங்க இந்த விவசாயத்துல எவ்ளோ கஷ்டம் இருக்குதுனு. விவசாயிகளின் உழைப்பு மட்டும் போதாது

இயற்கையும் உதவனும் அப்பதான் லாபம் கிடைக்கும். இல்லனா நஷ்டம்தான். இயற்கை நம்ம கையிலயா இருக்கு? எவ்ளோ ரிஸ்க் இருக்கு இதுல? ஆனால் லேப்ல பண்ற அரிசியில இப்படி எல்லாம் இல்ல. மழை பெய்தாலும் சரி பெயலனாலும் சரி, மண் இருந்தாலும் சரி இல்லனாலும் சரி, தேவையான ரசாயனங்களை குறிப்பிட்ட அளவில், பதப்படுத்தப்பட்ட வெப்பநிலையில் வைத்து நாம் எவ்வளவு வேண்டுமானாலும் அரிசியை உற்பத்தி செய்து கொள்ளலாம். யாருக்கும் நஷ்டம் கிடையாது, எந்த உழைப்பும் வீண் போகாது. இதெல்லாம் பார்க்கும் பொழுது லாபமே வராத அந்த தொழில் செய்வது புத்திசாலித்தனமா சொல்லுங்க?" என்று கேள்வி எழுப்பினாள். பிரக்யா நினைத்ததுபோல் அவளின் இந்த கூற்று தேவேந்திரனின் மனநிலையில் மாற்றத்தைக் கொண்டு வந்தது ஆனால் எதிர்மறையாக. அவர் இன்னும் வேதனை அடைந்தார். " என்னம்மா சொல்ற? விவசாயத்தை யாரும் லாப நஷ்டத்தை தரும் வியாபாரமா பாக்கல, அது ஒரு உணர்வா பாத்தாங்க. ஒருத்தன் கஷ்டப்பட்டு உழவு செய்வது, அவன் முகம் பார்க்காத யாரோ இன்னொரு மனிதனின் பசியை ஆற்றுவதற்காக. இந்த உலகத்திலேயே இருக்கும் தன்னலமற்ற செயல் அது. அவன் பயிரில் இருந்து அறுத்து எடுப்பது நெற்கதிர்களை மட்டுமல்ல இந்த உலகை கொடூரமாக பிடித்துக் கொண்டிருக்கும் பசியின் பிடியை. நீங்கள் சாப்பிடுகிற அரிசியில் பணம் இருக்கு, செயற்கை தன்மை இருக்கு, பக்கவிளைவுகளும் இருக்கு. ஆனா நாங்க சாப்பிட்ட அரிசியில் மனம் இருந்தது, இயற்கை இருந்தது, எந்த பக்க விளைவுகளும் இருந்ததில்லை." என்றார்.

இந்த பதிலைக் கேட்ட பிறகு ரோஹித் இடத்திலும் பிரக்யா இடத்திலும் கூறுவதற்கு ஒன்றுமில்லை. மருதம் மியூசியமிலிருந்து அவர்கள் வீட்டிற்கு பயணம் செய்யும்பொழுது எவரும் பேசவில்லை. அவர்கள் அங்கே பார்த்த காட்சிகள், தேவேந்திரன் கூறிய விஷயங்கள், என அனைத்துமே அவ்விருவருக்கும் ஓய்வற்ற சிற்றலைகளை ஏற்படுத்தியிருந்தன. முற்றிலும் இயற்கையை சார்ந்து இருந்த விவசாயம், அதில் ஒவ்வொரு நிலைமையிலும் மனிதன் மட்டுமின்றி மாடுகள் பறவைகள் என ஒவ்வொரு உயிரின் உழைப்பும் கலந்திருந்தது. மனிதன் மட்டுமின்றி பல ஜீவராசிகள் விவசாயத்தின் மூலம் பசியாற்றிக் கொண்டு இருந்தனர். ஆனால் இப்பொழுது அவர்கள் உண்ணும் கார்ப்பரேட் அரிசியில் வெறும் மனிதர்கள் மட்டுமே சாப்பிட்டு கொண்டு இருக்கிறார்கள் அதுவும் செயற்கையாக. எவ்வளவு விலைமதிப்பில்லாத பொக்கிஷத்தை, இயற்கையின் சமநிலையை நிலைகுலயை செய்துவிட்டு இழந்திருக்கிறோம் என்று அவர்கள் எண்ணி வருந்தினர்.   இவ்வுலகில் இருக்கும் ஒவ்வொரு மனிதனும் பொறுப்பேற்க வேண்டும் இந்த பேரழிவிற்கு.

-நெ. சௌபர்ணிகா

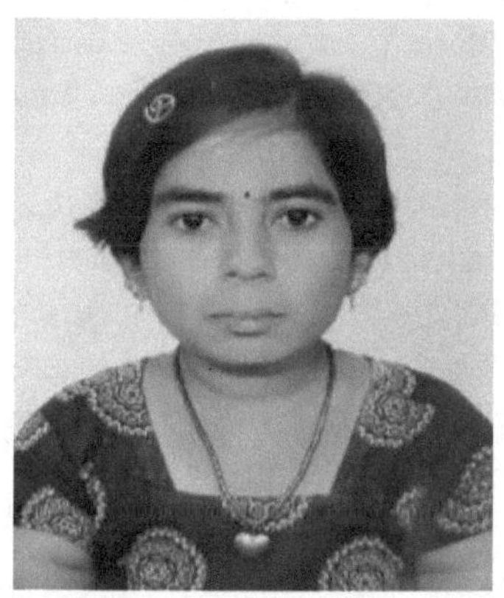

கீதா குப்புசாமி மாற்றம் ஒன்றே மாறாதது என நம்பிக்கையுடன் போராடும் மாற்றுத்திறனாளி பெண் நான்.......

காடு ஒரு மாளிகை

அடர்ந்த ஒரு காடு.

அதன் நுழைவாயில் காடு ஒரு மாளிகை என்று எழுதப்பட்டிருந்தது. அந்தக் காட்டில் பழங்கள் தரக்கூடிய மரங்கள், காய்கள் தரக்கூடிய செடிகள் அனைத்தும் செழிப்பாக வளர்ந்திருந்தன.

காடே நந்தவனமாகக் காட்சியளித்தது. இந்தக் காட்டில் பறவைகள், விலங்குகள் வாழ்ந்து வந்தன. மரங்கள், விலங்குகள், பறவைகள் மூன்று பேரும் நண்பர்களாக அந்தக் காட்டில் வசித்து வந்தன. காட்டின் நடுவில் ஒரு குளம் இருந்தது. அதில் நீர் வாழ் உயிரினங்கள் வாழ்ந்து வந்தன.

மரங்கள், செடிகள் அனைத்தும் பறவைகளுக்கும் விலங்குகளுக்கும் தேவையான அளவு உணவைக் கொடுத்து உதவி செய்தன. ஒவ்வொரு இரவிலும் பறவைகள், விலங்குகள், மரங்கள் அனைத்திற்கும் ஆட்டம், பாட்டம், கொண்டாட்டம் தான். இப்படி சந்தோஷமாக வாழ்ந்து வந்தத் தருணத்தில் ஒரு திடிர் திருப்பம் என்ன தெரியுமா ?

காட்டு வழியே போன மனிதன் ஒருவன் காட்டின் நுழைவாயில் எழுதி இருந்ததைக் கண்டு காட்டுக்குள் சென்றான். அவைகள் எல்லாம் சேர்ந்து சந்தோஷமாக இருப்பதைப் பார்த்து தானும் அவைகள் போல் அவைகளுடன் சேர்ந்து சந்தோஷமாக வாழ வேண்டும் என நினைத்தான்.

உடனே அவைகளிடம் சென்று நானும் உங்கள் நண்பராக இருக்க ஆசைப்படுகிறேன் என்னையும் சேர்த்து கொள்ளுங்கள் என்றான். உடனே மூன்று பேரும் ஒன்று கூடிப் பேசி முடிவெடுத்தனர். மனிதனைக் தங்கள் நண்பராக சேர்த்துக் கொண்டு காட்டில் வாழ சம்மதம் எனக் முடிவெடுத்தன. இதை அந்த மனிதனிடமும் கூறினர்.

மனிதனும் இவைகளுடன் சேர்ந்து மகிழ்ச்சியாக வாழ்ந்து வந்தான் ஒரு நாள் இரவு 12 மணி, மனிதன் முன்பு ஒரு கெட்ட ஆவி பேசியது. " இங்க பார் மனிதா அவங்க மூன்று பேரும் ஐந்தறிவு கொண்ட உயிரினங்கள். ஆனால் உனக்கோ ஆறு அறிவு நல்லது எது கெட்டது எது என்று அறிந்து கொள்ள உனக்கு மட்டுமே திறன் உள்ளது. அதை நீ சரியாகப் பயன்படுத்திக் கொள். எத்தனை நாள் அவர்கள் பின்னால் இருப்ப. இவங்கள நீ அடிமையாக்கி. இந்த மாளிகை உன் கட்டுப்பாட்டில் கொண்டு வா. அது மட்டுமல்ல மனிதா உன் இனத்தையே கொண்டு வந்து சந்தோஷமாக இரு" என்று கூறி விட்டு அது மறைந்தது. இதைக் கேட்டதும் மனிதனுக்கு ஒரே சந்தோஷம், யோசிக்க ஆரம்பித்தான். அதன்படி நடக்க ஆரம்பித்தான் . தன் இனத்தையே காட்டுக்குள் கொண்டு வந்தான். மரங்கள் விலங்குகள் பறவைகள் அனைத்தும் அடிமையாக்கினான்.

தன் இனம் தங்குவதற்கு வீட்டைக் கட்ட மரத்தை வெட்டினான். உணவிற்காக விலங்குகளையும் பறவைகளையும் வேட்டையாடினான். குளிப்பதற்கும், குடிப்பதற்கும் குளத்தை

நாசமாக்கினான். அனைத்தும் மனிதனைக் கண்டு பயந்தனக். ஒவ்வொரு விலங்குகளும் பறவைகளும் இருக்க இடம் இல்லாமல் அழிய தொடங்கின.

மரங்கள் அனைத்தும் வீடுகளாயின மனிதனால் தங்களுக்கு ஆபத்து வந்து விட்டது என்று அறிந்து கடவுளிடம் சென்று நடந்ததை கூறின கடவுள் இவைகளுக்கு ஒரு வரத்தை கொடுத்தார். இந்த வரத்தை மனிதனுக்கு சாபமிடுங்கள் என்று கூறி மறைந்தார்.

இதைக் கேட்ட மூன்று பேரும் மனிதனைப் பார்த்து " எங்களை அழித்து மனிதா நீ எந்த ஆவிப் பேச்சைக் கேட்டு எங்களை அழித்து கொலை வெறியோடு ஆணவத்தில் ஆடுகிறாயோ

அந்த ஆட்டம் ஒரு நாள் அடங்கும். அப்போது நீ எங்களைத் தேடும் தருணத்தில் நாங்கள் இருக்க மாட்டோம் தனியாக நீ மட்டும் ஆவியாக அலைவாய்" என்று சாப்பிட்டு அழிந்தன ஆணவத்தில் ஆடின மனிதன் இன்றோ ஒரு அறிவுள்ள கொரனாவால் அவனின் ஆட்டம் அடங்கின. " காடுகளைப் பாதுகாப்போம், வீட்டிற்கு வீடு மரம் வளர்ப்போம், விலங்குகளைப் பாதுகாப்போம் , மழைநீரை சேமிப்போம்"..... என்று உணர்ந்து மனிதன் அவைகளைத் தேடி வரும் இந்த தருணத்தில் பல நோய்கள் தாக்கப்பட்டு ஆவியாக அலைகிறான்.

இப்போது புரிகிறதா ஐந்தறிவை அடக்கி வாழ நினைத்த ஆறு அறிவு படைத்த மனிதன் இப்போது ஓர் அறிவால் இறந்து கொண்டு இருக்கிறான். இங்கு

செல்வேந்திரன் (எ) செல்வா

அறிவு முக்கியம் அல்ல எண்ணம் போல் வாழ்க்கை எதை விதைக்கிறோமோ அதைத்தான் அறுவடைச் செய்ய முடியும்.

இனியாவது ஐந்தறிவுள்ள உயிரினங்களை காப்போம்***

.......முற்றும்.........

பெயர்: கீதா குப்புசாமி

மெயில் : geethabvn8@gmail.com

இவனது பெயர் கா.பிரதிக். ஒரு இளம் பேச்சாளர். பல பட்டிமன்றங்கள் மற்றும் கவியரங்கங்களில் தனது கருத்துக்களை உரைத்தாக்கியுள்ளான். (Prathik Kantharaj) என்னும் தனது வலையொளி பக்கத்தில் அறிவியல், கல்வி, மற்றும் சமூக செயல்களைப் பற்றி விவரிக்கின்றவன். தமிழ் மற்றும் ஆங்கில மொழிகளில் பல புத்தகங்களில் இவனது படைப்புகள் இடம் பிடித்திருக்கின்றது. இந்தியில் தனது இளங்களை படிப்பை முடித்துள்ளான்.

நீரில்லா கிராமம்

ஓர் அழகிய கிராமம் அந்த கிராமத்தின் பெயர் பசுமை புரம். அந்த கிராமத்தில் ஒரு சோக நிகழ்வு, அந்த ஊரின் பெயரில்தான் பசுமை என்ற சொல் இருக்கும் ஆனால் அந்த ஊரில் பசுமை இருக்காது. எங்கு திரும்பி பார்த்தாலும் வறண்ட மணலும் காய்ந்த மரங்களும் தான். அங்கு ஒரு சொட்டு தண்ணீர் கூட அவர்கள் குடிப்பதற்கு கிடையாது. அவர்களது தின பயன்பாட்டிற்கு தண்ணீரை அங்குமிங்கும் சென்று சிரமப்பட்டு தூக்கி வருவார்கள். எங்காவது ஒரு சொட்டு தண்ணீர் கிடைத்தாலும் அதை பிடிப்பதற்கு கூட்டம் திறலும். அங்கு ஒரு ரயில் நிலையம் அந்த ரயில் நிலையத்தில் பலரது மனம் குளிரும் பலரது மனம் காயப்படும். ஏனென்று கேட்டாள் அங்கு வரும் ஒவ்வொரு ரயிலிலும் தண்ணீர் பிடிப்பதற்கு பெண்கள் கூட்டமாக வருவார்கள். இதை தவிர அவர்களுக்கு வேறு வழி இல்லை.

அவர்கள் உயிர் வாழ ஒரு சொட்டு தண்ணீர் வேண்டுமானாலும் கூட ரயிலிலோ அல்லது நான்கு மைல்கள் தூரத்திற்கு சென்றுதான் எடுத்து வர வேண்டும். ஆகையால், அந்த ரயில் நிலையத்திற்கு பல பெண்கள் மூன்று மணி ரயிலுக்கு மதியம் 12 மணிக்கு வந்து விடுவார்கள். வெகு நேரம் காத்திருப்பது பின்பு ரயிலின் கூவல் சத்தம் கேட்டதும் அனைவரும் பிளாட்பார்மில் ஓரத்தில் சென்று நின்று ரயில் வருகையை கண்டு காத்திருப்பார்கள். வெகு தொலைவில் ரயில் வரும் காட்சி அவர்களால் காணமுடியும் அப்போதே 'நான் தான் முதலில் பிடிப்பேன்' 'நான் தான் முதலில்

தண்ணீர் பிடிப்பேன்' என்று கூச்சலிட்டு சண்டை போடுவார்கள். ரயில் வந்து ரயில் நிலையத்தில் நின்றதும் பயணிகள் இறங்குவதற்கு முன்பே அனைத்து பெண்களும் ரயிலின் உள்ளே ஏறி தண்ணீரைப் பிடிக்க தொடங்கிவிடுவார்கள். இதேபோல்தான் ஒருநாள் இயல்பாக அனைவரும் தண்ணீர் பிடிக்க ரயிலில் ஏறினார்கள் அதில் ஓர் ஏழைக் குடும்பத்தின் மகளாக பிறந்த மலர் என்னும் பெண்ணும் இருந்தாள். அவர்கள் வீட்டில் மொத்தம் நான்கு பேர், அவர்களுக்கு இரண்டு நாட்கள் தண்ணீர் வேண்டும் என்றால் குறைந்த பட்சம் 4 குடம் ஆவது தேவை, ஆகையால் வெயிலில் முந்திய படி ஏறி அடித்துக் கொண்டு அங்கு தண்ணீரைப் பிடிக்க தொடங்கினாள் மூன்று குடம் நிரம்பி விட்டது, அவற்றை பிளாட்பார்மில் இறக்கி வைத்தாள் பிறகு மீதம் ஒரு குடம்.

அந்த ஒரு குடத்தை நிரப்பினால் தான் அவர்கள் நான்கு பேரில் ஒருவருக்கு தண்ணீர் முழுமையாக கிடைக்கும். இல்லை என்றால் அந்த ஒரு நபருக்கு தண்ணீரே கிடைக்காது ரயில் நிலையத்தில் ரயில் நின்று வெகு நேரமானது! ஸ்டேஷன் மாஸ்டரும் பச்சைக்கொடி காட்டிவிட்டார் ! இருந்தாலும் இவளுக்கு தெரியும் ரயில் கிளம்புவதற்கு இன்னும் சில நொடிகள் ஆகும். எனவே அந்த சில நொடிகளில் நாம் இந்த குடத்தை முழுமையாக நிரப்பி விட்டு வீட்டிற்கு திரும்பலாம், என்று நினைத்துக் கொண்டு தண்ணீர் வரும் குழாயை அழுத்திப் பிடித்துக் கொண்டாள். ரயில் கூவும் சத்தம் அவளுக்கு கேட்டது. குழாயை இன்னும் அழுத்திப்பிடித்தாள், தண்ணீர் மெதுவாகத்தான் வந்தது. இருந்தாலும் விடவில்லை முழு குடம் நிரம்பியதும் திரும்பிப்பார்த்தால், ரயில்

வேகமாக ஓடிக் கொண்டிருக்கிறது. இதை கண்டு அதிர்ச்சி ஆன மலர் அடுத்த ரயில் நிலையத்தில் இறங்கி இவரது சொந்த ஊரான பசுமை புரம் என்னும் ஊருக்கு நடந்தே தண்டவாளத்தின் ஓரம் வந்து கொண்டிருந்தால். ஆனால் இவரது பெற்றோர்களோ பதறிப் போனார்கள், மூன்று மணி ரயில் கிளம்பியதே இன்னும் மலர் வீட்டுக்கு வரவில்லையா என எண்ணினார்கள்.

அவர்களது உறவினர்கள் அனைவரும் ரயில் நிலையத்தை நாடி வந்தனர், அங்கு வந்து பார்த்தால் மலர் காணவில்லை, அவர்கள் பதறியபடி பக்கத்து ஊரு ரயில் நிலையத்தை நோக்கி பேருந்தில் சென்று அங்கும் இங்கும் நோட்டமிட்டனர். ஆனால் அங்கும் அவள் கிடைக்கவில்லை தண்டவாளத்தின் ஓரம் இவரது சொந்த ஊருக்கு திரும்பி நடந்து வருவது அவர்களுக்கு தெரியாது. வெகுநேரம் தேடிய பின்னர் அவர்களது உறவினர்கள் அவளது தாயிடம் மலர் கிடைக்கவில்லை எனக் கூறினர். அவரது தாய் கண்கலங்கியபடி பசுமைபுற ரயில் நிலையத்தில் நின்று கொண்டு கதறிக் கொண்டிருந்தாள். திடீரென்று தூரத்தில் ஒரு உருவம் தென்பட்டது! அங்கு நின்று கொண்டிருந்த யாரோ அங்கே பாருங்கள் மலர் வந்து கொண்டிருக்கிறாள் என்று கூறினார்கள். அதைக் கேட்ட மலரின் தாய்க்கு அளவற்ற மகிழ்ச்சி ஏற்பட்டது. அவளிடம் ஓடிச்சென்று "என்னடி எங்கே போயிருந்த இவ்வளவு நேரம் ஆகுது"என்று வினவினால். அதற்கு மலரும் 'இல்லமா மூன்று குடங்கள் நிரம்பியது மீதமிருக்கும் ஒரு குடம் நிரம்பாத காரணத்தால் அதை பிடித்துக் கொண்டு அடுத்த ரயில் நிலையத்திலிருந்து நடந்து கொண்டு வந்தேன்' அதனால் தான் தாமதம் என்று

கூறினாள். இவ்வாறு அந்த கிராமத்திற்கு தண்ணீர் கிடைக்காததால் அந்த கிராமத்து வாசிகள் பல துன்பத்திற்கு உள்ளாகிறார்கள். இதற்கெல்லாம் காரணம் யார் என்று நாம் யோசித்து பார்க்க வேண்டும்.

ஒரு கிராமத்தில் ஒரு சொட்டு தண்ணீர் கூட வராமல் ரயிலில் பிடித்துக் கொண்டு வரும் அவல நிலை ஏற்பட்டு இருக்கிறது என்றால் அது நம்முடைய நவீன அறிவாலும், இயற்கைக்கு எதிரான செயல்களாலும் தான் ஏற்படுகிறது என்பதை நாம் புரிந்து கொள்ள வேண்டும். இது மட்டுமல்லாமல், இந்த நிலை தொடர்ந்தால் உலகத்தில் நீர், நிலம், காற்று என அனைத்து இயற்கை வளங்களையும் நாம் திண்டாடி, போராடி, கஷ்டப்பட்டு, துன்புற்று, தான் பெற இயலும் என்பதை மிக வருத்தத்துடன் தெரிவித்துக் கொண்டு அவளது வீட்டிற்கு வந்து சேர்ந்தாள் மலர்.

கா.பிரதிக்

செல்வேந்திரன் (எ) செல்வா

எம்.எம்(எ) செங்கை மனோன்மணி

எனது அகவை 65. எனது பெயர் எம்.எம்(எ)செங்கை மனோன்மணி. பி.ஏ., எனது ஆசான் தத்துவ மாமேதை கவியரசு கண்ணதாசன், எனது தாய் மொழி தமிழுமே எனது உயிராகும்.

சுவாசமே! என் சுவாசமே !

டேய்....உதயா!
அங்கே என்னப் பண்றேடா?

ஹ்ம்....பார்த்தா தெரியல?
தோட்டத்தை கிளீன் பண்றேன்.

விசாலம்! இங்க வாடீ.
உ மக என்னடீ பண்றா?

அதா சொன்னேன். உங்க காது
என்ன செவிடா. கண்ணு நல்லா
தெரியுதுல்ல. எ குழந்த என்ன
பொறுப்பா...வீட்டு வேலை செய்றா.

இது பொறுப்பா? அங்கே பாருடீ.
யாரையோ கூட்டிவந்து, ஏன் செல்லங்களை வெட்டி
கீழே பார்க்கிறான்.
டேய்.....நிறுத்துடா நிறுத்து.

ப்பா! உங்கக்கிட்ட ரோதனையாப்
போச்சே. இதுங்க இருந்து என்ன
லாபம்? நாலு காசுக்கு வழியே
இல்ல. ஒரு கிரவுண்ட்டிலேயும்
மரம், செடி, கொடியா?
ஆமாம்....தெரியாமதான் கேக்குறே.
இத்தாலே, வருஷத்துக்கு அப்படி
என்ன பெருசா கிடைக்குதுன்னு?
இப்படி குதியா குதிக்கிறீங்க.

இவ்வளவு பெரிய இடம் இருந்து,
என்ன பயன்? அப்பார்ட்மெண்ட் கட்டி
விற்றால், லட்ச லட்சமாக கிடைத்திருக்கும். அதுக்கு
ஒத்துவரவே
மாட்டீங்கிறீங்க.

எ பிரெண்ட் முகில் சொன்னான்.
ஏர்டெல் டவர் வைக்க இந்த இடத்தை
கொடுத்தால் பல லட்சம் கொடுப்பார்க்கலாம். என்ன
சொல்றீங்க?

டேய்...டேய்! உனக்கேட்ட புத்தி இப்படி
போகுது. அதுங்க என் குழந்தைங்கடா.
வீட்டை சுத்தி காத்தோட்டமா இருக்கு.
சில்லுன்னு குளுகுளுன்னு இருக்கு.
ஏசியிலே இப்படியொரு சூப்பரான
சுத்தமான காற்றை கொடுக்க முடியுமாடா மக்கு
பயலே.

யோவ்! நீயும் உருப்பட மாட்டே.
என்னையும் வாழ விடவே மாட்டே.

உதயா!
இப்போ உனக்கு இந்த வீட்லே என்னடா
குறை? உண்ண உடுத்த நிம்மதியாய்
உறங்க எத்தனை பெரிய வீடு. இது
யாருக்கு? உனக்கு தானே. வேறு
யாருடா இருக்கா? இதை பங்குப்
போட.

ஏ நீ ஆசை தங்கச்சி பங்கு கேட்க
மாட்டாளா?

லூசி பயலா நீ. இது ஒன்னும், தாத்தா பாட்டி சொத்து அல்ல. எல்லோரும் சொந்தம் கொண்டாட. நான்...நான்... அதா உங்கப்பன் சும்மா சம்பாதித்தது. இதில் யாருமே பங்குக் கேட்ட ரைட்ஸே இல்லேடா. மேலும், உன் அத்தையை பற்றி உனக்கு தெரியுமில்லையா. அவளுக்கு உ மேலே உசுருடா. நீ அவளோட செல்ல மருமகன். என் பாப்பா மீனு ஒத்த நயாப்பைசாக் கூட உன்னிடம் எதிர்ப்பார்க்கவே மாட்டா. அவ, சுத்த தங்கம்டா....தங்கம்.

என்னது மீனா அத்தை, உங்களுக்கு பாப்பாவா?

ஆமாண்டா. எனக்கு பிறகு, 15 வருஷம் கழித்துப் பிறந்தவ. அப்போ எனக்கு அவ பாப்பா தானே.

எப்படியோ கூப்பிட்டுக்கங்க. அது உங்க விருப்பம். என்னை வெட்ட விடுங்க. இப்போ விட்டுட்டா, அப்புறம் ஆறே கிடையாது. இவங்களை எத்தனை சிரமப்பட்டு கூட்டி வந்தேன்னு உங்களுக்கு எப்படி தெரியும்?

உதயா! அவங்களை வெட்டி சாய்க்காதேடா. இவங்களை வளர்க்க அரும்பாடு பட்டிருக்கிறேன். உனக்கு அதுங்க என்ன தீங்கு செஞ்சதுங்க.

ப்பா! நீ தள்ளுப்போ.
ம்மா! உங்க வீட்டுக்காரரை கூட்டிப்
போம்மா.

யோவ்! உள்ள வாயா. இதை வச்ச-
-திலிருந்து புழக்கடை பக்கம் ஒரே
குப்பைக் கூவம் தான். யாராலே
கிறீன் பண்ண முடியுது. இப்பதான்
இதற்கு ஒரு விடிவுகாலம் பொறுத்தது.
நீ வெட்டு தம்பி. இந்தாளு கண் கிடக்குது.

கடவுளே! கடவுளே!
நீங்களெல்லாம் இன்னைக்கு
பாகம் போகிறீர்களா? என் இதயமே
வெடிக்கிற மாதிரி இருக்கே.

அடியே....எனக்கு நெஞ்சு வலிக்கிறாப்
போல இருக்கு. கொதிக்க கொஞ்சம்
சுடுத்தண்ணி குடுடீ.

என்ன நிம்மதியா இருக்க விடுவானா
இந்த ஆளு. எ மவ சொல்லுங்காட்டியும்,
இவ்வளோ பெரிய இடத்திலே வீட்டை
கட்டி வாடகைக்கு விட்டிருக்கலாம்.
ஹ்ம்....பொழைக்கத் தெரியாத
மனுஷனைக் கட்டிக்கிட்டு, நா
என்னத்த சுகத்தை கண்டேன்.

எ அக்கா தங்கைங்க எல்லாரும்
படு சுட்டிங்க. எவ்வளவு சொத்து
சுகத்தோடு வாழுதுங்க. எனக்குண்டு

வந்து வாச்சிதுப்பாரு. பேருக்குதான்
பாரஸ்டு ஆபீஸரு. என்ன பிரயோஜனம்?

உதயன்....மரம் செடி கொடிகளை
எல்லாம் வெட்டி சாய்த்துவிட்டு,
ஒரு இலை தழை இல்லாமல் சுத்தம்
செய்துவிட்டான்.

உதயா....உதயா!
உனக்கு இதன் அருமை-பெருமை
இப்போ தெரியாதுடா. சீக்கிரமாய்
உணர்வாய்.நீ மட்டுமா வெட்டி
பார்க்கிறாய்?

இறைவன் புளியை படைக்கும் போதே
அற்புதமான இயற்கையுடன் தானே
படைத்தார். ஆஹா...என்னவொரு
அற்புதங்கள் சூழ்ந்த பூமியிது.
சிகரமும், மலையும், கடலும், நதியும்,
ஆறும், வனங்களும் உள்ளடக்கி
நம் கையில் ஒப்படைத்தானே....
இறைவன்.

அன்று....
நம் முன்னோர்கள், இயற்கையை
தெய்வமாய் வணங்கினரே.
இயற்கை சூழலோடு ஒட்டி வாழ்ந்தனரே. 80, 90 வயது
வரை திடகாத்திரமாக வாழவில்லையா?

அன்று....
எந்த மருத்துவத்தை நம்பி வாழ்ந்தனர்.
எல்லாமே, இலை-தழை-வேர்கள்

தான் மருந்தானது.

இன்று....
விஞ்ஞானம் வளர்ந்து எதைடா
அப்படி சாதித்து விட்டது. வில்லையும்,
செவ்வாயையும், அங்குள்ள நில
அமைப்பு வாழ தகுதியுடையதா?
என் ஆராய்வது....ஒரு ஆராய்ச்சியா!

இங்குள்ள புண்ணிய புளியை
அழித்துவிட்டு, அண்டத்திலுள்ள
மற்றொரு கிரகத்தில் வாழ ஆசைப்
படுகிறார்களே. ஆராய்ச்சி தவறல்ல.
அறியலோ ஆயிரமாயிரம் அற்புதங்கள்
நிறைந்ததுடா. அதை நிச்சயம்
எவனாலும் முழுமையாக அறிந்திடுவது அத்தனை
சுலபமல்ல.

நான், இந்த வனத்துறையை எதற்காக
தேர்ந்தெடுத்தேன். இயற்கை அன்னை
எனது உயிர். அவள் விடும் காற்று...
என் சுவாசம்.

தங்கதுரை....!
இங்கே வாங்க.
இந்த தேக்கு மரங்களை வெட்ட
உங்க கோட்ட வனத்துறை அலுவலர்களை கொண்டு
இன்றே வெட்டிடுங்க.
உடனே நடக்கட்டும். நம்ம மேலையூர்
ராமசாமி பங்களா கட்டுகிறார்.
உட்கட்டிட அமைப்பெல்லாம் மரத்தால்
இருக்கணுமாம். நமக்கும் நல்ல

கமிஷன் வருய்யா.

இந்த அரசாங்கம் கொடுக்கும்
சம்பளத்தை கொண்டு என்னய்யா
பெரிசா வாழப் போகிறோம். உனக்கும்
இதில் ஒரு பங்கு தருகிறேய்யா.
சீக்கிரமா முடிச்சிட்டு, தகவலை
சொல்லியனுப்பு.

சார்! கொஞ்சம் நில்லுங்க.
இயற்கையை காப்பாற்றத் தானே
நாம் இந்த வேலைக்கே வந்திருக்-
-கிரறோம். இப்படி யாரோ ஒரு தனி
மனிதன் பங்களா கட்ட, நம் பாரஸ்ட்
இலாகாவின் மரத்தை வெட்டி
சாய்ப்பதா? அது என்னால் முடியாதுங்க
சார். இதற்கு எனக்கு உடன்பாடே
இல்லை.

என்னைய்யா நீ!
சுத்த பிழைக்க தெரியாதவனாய்
இருக்கியே. நீ மட்டும் யோகியனாய்
இருந்துவிட்டால் போதுமா? நீ வெட்டா
விட்டால், இன்னொருத்தன் எப்படியும்
வெட்டத் தானே போறான். எவனோ
ஒருவன் அனுபவிப்பதைவிட, நாம்
அனுபவித்தால் என்னய்யா தப்பு?

சார்!
நீங்க வேற யாரையாவது வைத்து
வெட்டிக்கங்க. நான் விடுப்பில்
செல்கிறேன். இவங்க, எனக்கு

குழந்தைகள் மாதிரி. என் உயிர் மாதிரி. என்னால் வெட்ட முடியாது.

போயா....போ.
உனக்கு அவ்வளவுதான் கொடுத்து வைத்தது. எனக்கு ஆளா இல்ல. பணத்தை வீசி எறிந்தால், பத்து பேரு வரப் போறான். தன் துறையில், தான் இப்படிதான் என்பதை, உதயனிடம் சொன்னார்.

உதயா....
ஆசை வரலாம்டா. ஆனால், பேராசை வந்தா....பேரழிவு தான்டா. அழிவு வந்துவிட்டதே. பார்த்தியா?

ஓ.....
கொரோனாவை சொல்றீங்களா? அது என்ன? நமக்காகவா வந்தது. உலகமே கொரோனா தானே. பெரிசா கண்டுப்பிடிச்சிட்டீங்க.

இப்பவும் உனக்கு புரிந்துக் கொள்ளும் அளவுக்கு மூளை இல்லையே.

பாவி மனிதன்.....
பஞ்ச பூதங்களை அழிக்கத் துவங்கி விட்டான்.
காற்றை....குப்பியில் அடைத்தான்!
நீரை...........கேனில் அடைத்தான்.
நெருப்பை கொண்டு...அமேசான் காட்டையே அளிக்கின்றான்.

விவசாய நிலத்தை...பிளாட்டாகவும்,
கார்ப்பரேட்டாகவும் மாற்றிக்
கொண்டே வருகிறான்.
நாலத்தடி நீரை உறுஞ்சி....பெப்சி,
கோக், மற்றும் மதுபானங்களை
தயாரிக்கிறான்.
கடலில் குப்பைகளை கொட்டி...
மாசுப்படுத்திவிட்டான்.
உலகமே.....அழுக்காக மாறிவிட்டது.

மரங்களை அழித்து, சாலை,
பாலங்களா?
நதிகள் பாய்ந்தோட இடமின்றி
தவிப்பதால், திசைமாறி குடியிருப்பை
நோக்கி பாய்ந்து வரும் அபாயகரமான
சூழல். டேய் புரிஞ்சிக்கோடா.

சார்....

யாருப்பா. என்ன வேண்டும்?

கொரோனா டெஸ்ட் எடுக்கணும்.
நாங்க நகராட்சியிலிருந்து வருகிறோம்மா.

போ....போப்பா. இங்கே யாருக்கும்
அது இல்ல. பெருசா வந்துன்டானுங்க
என வேகமாக கதவை சாத்தினாள்
விசாலம்.

யாருடீ?

நீங்க போங்க உள்ளே. யாருமில்லே.

ஏன்டா...இந்த பொம்பள இப்படி
இருக்கு? அதுங்க செத்தா வாழ்ந்தா
நமக்கென்ன? அந்த நோட்டீஸை
அது வீட்டிலே ஒட்டிடு. பார்த்திராத
வந்து கட்டியை கட்டியதால். உள்ளேயே
கிடந்து சாகட்டும்.

சொன்னது போலவே தட்டியும்
கட்டினர். விசாலம் வீடு மட்டும், அந்த
ஏரியாவில் தனித்து காணப்பட்டது.
பால், பேப்பர், தண்ணீர் என் ஒருவருமே
அந்த வீட்டு வாசலுக்கு வரவே இல்லை.

ஏய்! கூறுகள் கெட்டவளே!
அவங்க பாட்டுக்குனு வந்திட்டு
போயிருப்பாங்க. இப்போ என்னடீ
பண்றது? உன் மகனை போய் பாரு டீ.
பூச்சி விட முடியாமல் திணறுகிறான்,
அடிப்பாவி....பாவி. நமக்கிருப்பதே
ஒரே மகன் டீ. இப்போ ஆஸ்பிட்டலுக்கும் போக
முடியாது.
ரொம்ப சீரியஸா இருக்காணே.

சில மணி நேரத்தில், உதயன்
துடிதுடித்து, பெற்றோர்கள் கண்
எதிரிலேயே இறந்தான்.

உதயா! உதயா!
என் உயிரே! என் சுவாசமே!
என் செல்லமே! நீ போயிட்டியே.
எங்களை தவிக்க விட்டுவிட்டாயே.

உதயா!
இந்த வீட்டை மறைந்துவிட்டாயா?
உன்னுடன் எதை எடுத்து செல்கிறாய்?
எல்லாமே இருந்தும், நீ சுவாசிக்க
காற்று இல்லையேடா. என் தங்கமே!
இயற்கையை அழித்தாயே. இன்று
நீயும் இயற்கையோடு கலந்தாயோ?

வீடு வரை......உறவு!
வீதி வரை......மறைவு!
வாழும் வரை....பணம், சொந்த
பந்தமெல்லாம்.
கடைசியில்.....யாருமே, எதுவுமே
உடன் எடுத்துப் போகப் போறதில்லையே!

உதயா!
இதோ....உன் சுவாசம் காற்றோடு
காற்றாய் கலந்துவிட்டது. பணம்...
பங்களா...எடுத்தா செல்கிறாய்?
என் மகனே.

கடவுளே!
எனக்கேன்? இந்த சோதனை?
என் சுவாசமே! என் சுவாசமே!
என்னை என்ன செய்யப்
போகிறாய்?

எம்.எம்(எ)
செங்கை மனோன்மணி

செ.சினேகா
செல்வம் மற்றும் சாந்தி இணையருக்கு 17.7.2003 ஆம் ஆண்டு முதல் பெண்ணாக செ.சினேகா பிறந்தார். இவர் திருப்பத்தூர் மாவட்டத்தில் உள்ள புதுப்பட்டு என்னும் சிறு கிராமத்தை சேர்ந்தவர்.
இவர் கவிதையின் மீது பற்று கொண்டும் கதைகளின் மீது பற்று கொண்டும் எழுதி வருகின்ற இளங்கலை தமிழ் மாணவி ஆவார்.இவரின் கவிதைகள் இதழ்களிலும் புத்தகத்தில் இடம்பெற்றுள்ளன.இவர் சிறந்த பெண் எழுத்தாளர் ஆவார்

நேர்மை

அன்றொரு நாள் அவளின் அப்பாவுடன் விவாசயம் செய்வதற்காகச் கயல் விழி நிலத்திற்கு சென்றால்.அப்போதுஇருந்தே அவளின் இலக்கு அவளும் விவசாயம் செய்யவேண்டும் அதுவும் செயற்கையினை நீக்கி விட்டு இயற்கை முறையில் விவசாயம் செய்வதே,அந்த கிராமத்தில் விவசாயிகளுக்கு என்று ஒரு போட்டியை அவ்வூரினை காக்கும் இளவரசர் வைத்தார்.

அதில் இவளும் கலந்து கொள்ள வேண்டும் என்ற இலக்குடன் கலந்து கொண்டால் ,அந்த கிராமத்தில் விவசாயம் செய்யும் அனைவருக்கும் ஒரு பூந்தொட்டியை கொடுத்தார்,இதில் வெற்றி பெறுபவருக்கு பரிசு தொகை வழங்கப்படும் என்பதை இளவரசர் அறிவித்தார் . பிறகு எல்லோருக்கும் ஆணையிட்டு கூறினார், இதில் எல்லோரும் இயற்கை முறையில் தான் பூக்களை பூக்க செய்ய வேண்டும், பூக்கள் பூப்பதற்கு முப்பது நாட்கள் ஆகும் என்றார்.இளவரசரின் ஆணையினை ஏற்று அவ்வூரை சேர்ந்த அனைவரும் தலையாட்டும் பொம்மை போன்று அரசரின் வாய்மொழியினை கேட்டுச் சென்றார்கள்.முப்பது நாட்கள் கழித்து இளவரசரிடம் பூந்தொட்டியை எடுத்து வந்தார்கள், இளவரசர் பூந்தொட்டியில் கொடுத்ததோ செம்மண் போன்ற நிறம் இளவரசர் பார்த்ததும் இவர்கள் செயற்கையான முறையில் பூக்களை வளர்த்துள்ளார்கள் என்று கண்டுபிடித்து விட்டார்.

இறுதியாக கயல்விழியின் பூந்தொட்டியை இளவரசர் பார்த்தார் அவருக்கு அதிசயமாக தோன்றியது ,மண்ணின் நிறமும் மாற்றம் அடையவில்லை, எப்படி எண்ணற்ற பூக்கள் பூத்ததா என்று கேட்டார், அவளோ !

இளவரசரே இயற்கை முறையில் மண்புழு உரமும்,மாட்டுச்சாண உரமும் தேவையான முறையில் நீர் ஊற்றினேன் என்றால் அவள் இயற்கையான முறையில் நேர்மையான முறையில் வெற்றி பெற்றாள்,இளவரசர் அவள் விவசாயத்தின் மீது உள்ள பற்றினை எண்ணத்தில் கொண்டு கயல்விழிற்கு பரிசு தொகை வழங்கி விவசாய படிப்பை படிக்க செய்தார்.

செ.சினேகா
திருப்பத்தூர் மாவட்டம்,
புதுப்பட்டு கிராமம்

இவர் ஒரு சிறந்த தமிழ் பற்றாளர்,என்னத்தின் உணர்வுகளை எழுத்தில் வடிக்கும் சொற்சிற்பி

பேராசைக்கார பெருமாள்

===============

குபேர புரத்தில் பெருமாள் என்று ஒருவன் வாழ்ந்து வந்தான், பெயருக்கேற்றாற்போல் குபேரபுரம் பெரும் செல்வ செழிப்பு நிறைந்த ஊர், பார்க்கும் இடமெங்கும் பச்சை பசேலென மரம், செடி, கொடிகளும், பசுமையான தோற்றமும், நிலவளம், நீர்வளம் நிறைந்த பூமியாக திகழ்ந்தது. அந்த ஊரில்தான் பெருமாள் தன் முன்னோர்கள் சேர்த்து வைத்த சொத்துக்களை கொண்டு ராஜபோகமாக வாழ்ந்து வந்தான், அந்த ஊரில், ஒரு ஐநூறு குடும்பங்கள் வாழ்ந்து வந்தன, அவர்கள் வாழ்ந்த நிலம் அனைத்தும் பெருமாளுக்கு சொந்தமானது, அதற்காக அவர்கள் தங்கள் வருமானத்தில் ஒரு பகுதியை கப்பமாக வழங்கி வந்தார்கள். அது மட்டுமின்றி பெருமாளுக்கு வயல்வெளி, தரிசு நிலம், தோப்பு துரவு என்று ஒரு ஐநூறு ஏக்கர் நிலம் இருந்தது, அவன் முன்னோர்கள் சேர்த்து வைத்திருந்த சொத்துக்களை ஆண்டு அனுபவிக்கவே பெருமாளுக்கு ஏழு ஜென்மம் போதாது, இருப்பினும் அவன் மனதுக்குள் ஒரு ஆசை தோன்றியது, ஆசை என்று சொல்வதை விட பேராசை என்றே சொல்லலாம், ஆம் தன்னிடம் இருக்கும் சொத்தை தான் முயற்சியால் பல மடங்கு பெருக்க வேண்டும் என்கிற பேராசை தான் அது, அந்த ஆசையின் விளைவாக தன்னிடம் உள்ள ஐனூறு ஏக்கர் நிலத்தை முதலீடு செய்ய நினைத்தான், தரிசு நிலமான நூறு ஏக்கரில், சாய தொழிற்சாலை நிறுவனம் தொடங்கினான்,

அடுத்ததாக நல்லா செழிப்பாக விளைச்சல் தந்த விளை நிலத்தை, விலை நிலமாக மாற்றினான், ஆம் நூற்றிருபது ஏக்கர் விளை நிலத்தை ரியல் எஸ்டேட்டாக மாற்றினான், மற்றொரு என்பது ஏக்கர் நிலத்தை மணற்குவாரியாக மாற்றினான், மற்றொரு நூறு ஏக்கர் நிலத்தில் காடுகளையும், மரங்களையும் அழித்து செங்கர்சூளை அமைத்தான், மீதமுள்ள நூறு ஏக்கர் நிலத்தில் அணுவுலை ஒப்பந்ததிற்கு ஒதுக்கினான், இதுவரை மேற்கொண்ட முயற்சிகள் அனைத்திலும் அவனுக்கு எவ்வித முன் அனுபவமோ, பயிற்சியோ, தேர்ச்சியோ எதுவும் இல்லாமல் பணம் சம்பாதிக்க வேண்டும் என்ற ஒரே நோக்கத்தில் அத்தனை செயலிலும் ஈடுபட்டான், ஊர் மக்கள் அனைவரும் இவனது செயலைகண்டு வெறுத்தார்கள், சில பெரியோர்கள் நேரில் வந்து கெஞ்சி புத்திமதியும் சொன்னார்கள்,அவர்கள் பேச்சையெல்லாம் காற்றின் திசையில் பறக்கவிட்டான், தன் ஆசைகளை கற்பனைக்கனவில் மிதக்கவிட்டான், இருப்பதை விடுத்து பறக்க நினைத்தான் பெருமாள், முதல் செயலாக தன்னுடைய மணற்குவாரிக்காக அந்த ஊரில் உள்ள ஆற்றில் அத்துமீறி, அளவுக்குமீறி மணலை தினமும் இரவோடு இரவாக அள்ளிவந்தான் பெருமாள், இதனால் மனல்வளம் குன்றிய ஆற்றில் தண்ணீர் தேங்காமல் ஓடி கடலில் கலந்து வீணானது, ஒருபக்கம் விவசாய நிலங்களை அழித்து வீட்டுமனைகளாக மாற்றி அதிக விலைக்கு விளம்பரம் செய்திருந்தான், ஒருவரும் வாங்க முன்வைரவில்லை மறுபக்கமோ அடர்ந்த மரங்களை வெட்டி அழித்து சாயத்தொழிற்சாலை நிறுவி அதில் பல்வேறு வெளிநாட்டு ஒப்பந்தக்காரர்களை நியமித்து ரசாயன முறையில் சாயங்களை

தயாரித்தான், அதன் கழிவுகளை சரியான வடிகால் முறை ஏற்படுத்தாமல் செலவை மிச்சப்படுத்தி வெட்டவெளியில் ஓட விட்டான், அதனால் அந்த கழிவுகள் அங்குள்ள குளம், குட்டை, குடிநீர் தேக்கங்களில் கலந்து மக்கள் குடிநீரை பயன்படுத்த முடியாமல் செய்தான், இதனால் அங்குள்ள மக்கள் அவனை எதிர்க்க பயந்து பலர் தங்கள் குடியிருப்புகளை காலி செய்துவிட்டு வேறு இடங்களுக்கு இடம்பெயர்ந்து சென்றனர், மேலும் அந்த பகுதியில் உள்ள செம்மண்ணை எல்லாம் சுரண்டி தனது செங்கல் சூளைக்கு பயன்படுத்தினான் தட்டி கேட்டவர்களை தன் அடியாட்களை வைத்து அடித்து மிரட்டினான், இதனால் பெருமாளின் அட்டூழியம் கட்டுக்கடங்காமல் சென்றுகொண்டு இருந்தது, இறுதியாக தன் நிலத்தில் ஒரு பகுதியாக அணு உலைக்கு ஒப்பந்தம் போட்டது தன் செல்வாக்கின் மூலம் அரசாங்க உதவியுடன் செயல்பாட்டிற்கு ஏற்பாடு செய்தான், அதன்மூலம் வெளிநாட்டு நிறுவனங்களுடன் நிறைய பேரம் பேசி டாலர் டாலராக பணம் குவித்தான், அந்த நாளும் வந்தது அணு உலை சோதனை ஓட்டம் முடிந்து செயல்பாட்டுக்கு வந்தது சில வருடங்கள் ஓடின ஒருநாள் அணுவுலையில் தொழில்நுட்ப கோளாறு காரணமாக அணுகசிவு ஏற்பட்டு ஒரு கலன் வெடித்து சிதறியது அதில் அந்த ஊர் மட்டுமின்றி பக்கத்துல உள்ள பல ஊர்கள் அணுகதிர் பாய்ந்து பழியானார்கள், பெருமாள் அந்த இடத்திலேயே சாம்பலானான், இருப்பதைக்கொண்டு ஏழு தலைமுறைக்கும் அரசனைப்போல் வாழும் அளவிற்கு சொத்துக்கள் இருந்தும் அதனை தன் பேராசையால் தவறானவழியில் செலவாழித்து

இயற்கைக்கு எதிராக தன் செயல்களை செய்ததின் விளைவாக நீர் வளம் குன்றி, நிலவளம் குன்றி, இறுதியில் தன் உயிர் மட்டுமின்றி பல மக்களின் உயிர் வளத்தையும் குன்ற செய்த பெருமாள் தீய செயலுக்கு ஒரு பாடமாக இருக்கவேண்டும், இயற்கை வளங்களை சுரண்டாமல், அதனை பாதுகாத்து மேம்படுத்தி வளர்ச்சிப்பெற செய்யவேண்டும், மரங்களை அழித்தல், மணல்களை அள்ளி நீர் வளம், நில வளங்களை குறைத்தல், இவையணைத்தும் மனித இனத்திற்கு மட்டுமின்றி உயிரினத்திற்கே பெரும் கேடாய் முடிந்துவிடும் என்பது பெருமாளின் பேராசை கற்றுத்தரும் பாடமாகும்.

கரந்தை கவிஞர், புலவர் -எல், செல்வகுமார்

செல்வேந்திரன் (எ) செல்வா

www.ingramcontent.com/pod-product-compliance
Lightning Source LLC
LaVergne TN
LVHW041042150826
845672LV00001B/431

* 9 7 8 9 3 9 1 4 2 3 9 9 5 *